சிந்திக்க சிறுகதைகள்

படைப்பு

இரமணகுமார்

Self Published by Ramanakumar K
Publication Date, January 2023
Publishing Platform, Notion Press

For Communication:

Ramanakumar K
+91 91500 17533
ramanasays@gmail.com

உட்பொருள்

என்னுரை

நான் சிறுவனாக இருந்த போது எனது பாட்டி எனக்குத் தூங்கும் போது அவர்கள் அறிந்த கதைகளையும் ஒரு சில பாடல்களையும் பாடுவார்கள்.

நான் கேட்ட அந்தக் கதைகளில் சொல் நயமும் பாடல்களில் சந்த அமைப்புகளும் இல்லாமல் இருந்-தாலும் அந்த வயதில் எனக்கு அந்தப் பாடல்கள் தூங்கு-வதற்கான இனிய வரங்களாக இருந்தன என்பது ஒரு மறுக்க முடியாத உண்மையாகும்.

அப்படித் தான் இவ்வுலகில் யாருக்கும் எந்தவொரு திறமையும் இல்லை என்பது கிடையாது. ஆனால் சில-ருக்குச் சில திறமைகள் இயற்கையாகவே அமோகமாக அமைவது கடவுள் தந்த வரம் என்று சொன்னால் அது மிகையாகாது.

கடவுளின் படைப்பில் எப்போதுமே ஏற்றங்களும் இறக்கங்களும் மேன்மைகளும் தாழ்மைகளும் கலந்து தான் இருக்கும். ஆகவே, இந்த உண்மையை உணர்ந்து தங்களுடைய மேன்மையில் கர்வம் கொள்ளாமலும் பிறருடைய தாழ்மையை எள்ளி நகையாடாமலும் மற்ற மனிதர்களை மனிதர்களாக மதித்து அவர்களைச் சக தோழர்களாக எண்ணும் போது நாம் இந்த மனித வாழ்க்கைக்குரிய பலனை அடைகிறோம்.

என்னால் இப்படி பிறர் கேட்கக்கூடிய அளவிற்குக் கதையை வர்ணிக்க முடியும் என்பது ஏறத்தாழ 15 ஆண்டுகளுக்கு முன்பாக எனக்கே தெரியாது. ஆனாலும் ஒரு நாள் நான் என் இல்லத்தில் பல தடைகளுக்கு நடுவே என்ன செய்வதென்று தெரியாமல் அமர்ந்திருந்த போது, உள்ளக்குமுறலின் உச்சியில் எழுதத் துவங்-கினேன். அப்போது ஒரு கதை பிறந்தது. அதுவே நான் வாழ்க்கையில் முதன் முதலாக எழுதிய கதை. அதையே இங்கு பரிசு என்கிற தலைப்பில் நான் உங்களுடன் பகிர்ந்து கொண்டுள்ளேன். அந்தக் கதையில் நான் சொல்ல விழைந்தது - "ஒருவரின் வாழ்வில் கடவுள் அருளும் திறமை என்கிற விளக்கு ஒளிர்விட துவங்கிவிட்டால் அவருக்குப் பாராட்டுகளும் பரிசுகளும் குவியத்துவங்கிவிடும். அந்த ஒளியை நோக்கி தான் ஒவ்வொருவரின் வாழ்வும் தத்தம் பயணத்தைத் தொடர்கிறது."

இந்தக் கதைகளை வாசிக்கும் யாராக இருந்தாலும் சரி, உங்கள் வாழ்க்கையில் கடவுள் அருளும் வெளிச்சம் நிச்சயம் ஒரு நாள் ஒளிர்விட்டு இந்த உலகிற்கு அது வெளிச்சம் கொடுக்கும் என்பதை எள்ளளவும் சந்தேகிக்க வேண்டாம்.

சிந்தனையில் உங்களுடன்

இரமணகுமார்
போன்: +91 91500 17533
மின்னஞ்சல்: ramanasays@gmail.com

பரிசு

திறமைகள் கொண்டோர் வாழ்வினில் வெளிச்சம்
என்றுமே உண்டு, இது உலகியல்பே!

- இரமணகுமார்

தொடுவானத்தில் வெள்ளித்தட்டு போல மிதந்து
எப்போது மறைந்து ஓய்திடுவேன் என்கிற ஏக்கத்துடன்
மெல்ல மெல்ல இறங்கிக் கொண்டிருந்தான் சூரியன்.
மறைய துடித்துக் கொண்டிருக்கும் அந்த சூரியனை இரு
கண்கள் பார்த்துக் கொண்டிருந்தது.

"மணி எப்படியும், ஒரு அஞ்சு இருக்கும் போல,"
என்று சொல்லிக் கொண்டு வலது கையை நெற்றியில்
வைத்து கண்களைக் குறுக்கி சூரியனைப் பார்த்துக்
கொண்டிருந்தாள் தாயம்மா. ஓடையூர் கிராமத்தில் வீட்டு
வேலை செய்து கொண்டிருக்கும் அவள் தனது
வேலையை முடித்துக் கொண்டு வீட்டுக்குத் திரும்பி
வரும் வழியில் தென்னை மட்டைகளைப் பார்த்ததும்
அதன் கீற்றுகள் விளக்குமாறு செய்ய தேவைப்படும்
என்று எண்ணி அதை கட்டி எடுத்துக் கொண்டிருந்தாள்.

சூரியனைப் பார்த்து நேரம் தெரிந்து கொண்ட அவள்
தரையில் தான் கட்டிவைத்திருந்த தென்னங்கீற்று
கட்டைத் தூக்கி தலை மீது வைத்துக் கொண்டு தன்

கிராமம் நோக்கி செல்லும் மண் பாதையில் மெல்ல மெல்ல நடக்கத் துவங்கினாள்.

மெல்ல மெல்ல அசைந்தபடி நடக்கும் கால்கள் அவளது வயதைக் காட்டிக் கொடுத்தது. ஆம் அவளுக்கு எப்படியும் 55 முதல் 60 வயது இருக்கும். அவள் நடக்கத் துவங்கி ஒரு 15 நிமிடங்கள் ஆகியிருக்கும். தாயம்மாவின் சீலையும் ரவிக்கையும் வேர்வையில் முழுவதுமாக நனைந்திருந்தது. அந்த வியர்வையைத் தாண்டி சுற்றி வீசிக்கொண்டிருந்த இளங்காற்று அவளது தேகத்தை மெல்ல தீண்ட அது அவளுக்கு நல்ல குளுமையைத் தந்தது. கடவுள் மனிதனின் உடல் சூட்டைத் தனிக்க கொடையாக அளித்த இயற்கை குளிர்சாதன வசதி தானே இந்த வியர்வை. அந்த வியர்வையினால் ஏற்பட்ட குளுமை தாயம்மாவுக்கு இதமானதொரு உணர்வைக் கொடுத்தது.

"கடவுளே, இந்த வயசான காலத்துல காலாற நடக்க எனக்குத் தெம்பு தாங்க," என்று கடவுளிடம் பிரார்த்தனை செய்து முணுமுணுத்தபடி தாயம்மா மெல்ல மெல்ல ஊரை நோக்கி நடத்துக் கொண்டிருந்தாள்.

"இந்நேரம், தென்றலு என்ன பண்ணிக்கிட்டு இருக்காளோ? சீக்கிரமா போயி அவளுக்குச் சோறு பொங்கித்தரனும்," என்று தாயம்மா தனக்குத் தானே பேசிக்கொண்டு தொடர்ந்து தன்னுடைய கிராமம் நோக்கி நடந்து கொண்டிருந்தாள்.

அப்போது, தாயம்மாவை வருடிய அந்த இளங்காற்று அவளை முந்திக் கொண்டு அந்தப் பாதையே சென்றது. அது இறுதியாக ஒரு ஓடையின் அருகே அமைந்திருந்த சோலைவனத்திற்கு நடுவில் காணப்பட்ட ஒரு குடிசை- யைச் சேர்ந்தது. குடிசையின் கதவு திறந்திருந்தால்

அந்தக் குளிர்ந்த இளங்காற்று குடிசைக்குள் பிரவே-சித்தது.

"ஹேய், என்ன இது, வெளிய ஜில்லுனு காத்து அடிக்குது. பாட்டி வரதுக்கும் நேரம் ஆயிடிச்சி. சரி, வெளிய போய் பாக்கலாம்," என்றபடி தென்றல் எழுந்தாள். ஆம், இவள் தான் தாயம்மாவின் பேத்தி.

அவள் வெளியே சலசலப்புச் சத்தத்துடன் ஓடிக் கொண்டிருக்கும ஓடை ஓரமாக வந்து நின்றாள். அப்போது, அவள் ஆசையாக வளர்த்துக் கொண்டிருந்த பூனை அங்கிருந்த ஒரு மரத்தடியிலிருந்து வேகமாக ஓடி அவளது காலடியில் வந்து வருடியபடி நின்றது.

வெள்ளையும் சாம்பலும் கலந்த நிறத்தில் வந்து நின்ற அப்பூனையின் பெயர் வள்ளி.

"அட, வள்ளி, நீ இங்க தான் இருந்தியா. நான் உன்ன ரொம்ப நேரமா தேடிக்கிட்டு இருந்தேன், தெரியுமா!" என்றபடி அப்பூனையைக் கையில் அன்பாகத் தூக்கி தனது கன்னத்தில் வைத்து வருடிக் கொடுத்தாள் தென்றல்.

"மியாவ்... மியாவ்..." என்று செல்லமாகக் கத்தியபடியும் தனது வாலை அசைத்தபடியும் அந்தப் பூனை அவளுக்குத் தனது அன்பை வெளிப்படுத்தியது.

அப்போது, சூரியன் கிட்டதட்ட பாதி அளவிற்குத் தொடுவானில் மறைந்திருந்தது. சூரியன் தொடு-வானத்தில் பெரிய ஆரஞ்சுப்பழத்தைப் பதித்து வைத்தது போல காட்சியளித்தது. சூரியன் பின்புலத்தில் இருக்க முன்புலத்தில் இரை தேடிவிட்டு வீடு திரும்பும் பறவை-கள் கூட்டம் கூட்டமாகப் பறந்து கொண்டிருக்கும் காட்சி தென்றலின் மனதில் ஒரு தாக்கத்தை ஏற்படுத்தியது.

அதைக் கண்கொட்டாமல் பார்த்துக் கொண்டிருந்த அவள் சற்று நேரம் எதுவும் பேசாமல் அமைதிகாத்தாள்.

"மியாவ்... மியாவ்..." என வள்ளி திடீரென சத்தம் எழுப்பி அந்த அமைதியைக் கெடுத்தது.

வள்ளியின் சத்தத்தைக் கேட்ட தென்றல், தனது கையிலுள்ள அவளைத் தூக்கி தனது முகத்துக்கு முன்-பாக வைத்து அவளைக் கண்ணோடு கண் கொண்டு பார்த்தாள். வள்ளியின் கண்கள் எதையோ சொல்லுவது போல தென்றல் உணர்ந்தாள்.

அப்போது, தென்றல் தன்னை மறந்து ஒரு புதுப் பாடலை பாடத் துவங்கினாள்.

பாடல்:

ஆ... ஆ, ஆ, ஆ... ல... ல, ல, லா...
ஹே... ஹே, ஹே, ஹே... ல... ல, ல, லா...

எந்தன் கண்கள் காணும் முன்பே,
நீ வந்தாய், எந்தன் அன்பே!

அள்ளி தந்த, வானம் நீயே,
உனை காண கண்கள் ஏங்குதே!

குளிர் தென்றல் என்னை வருடும்
இனிய மாலை இந்த வேளை.

கண்கள் காண உந்தன் அழகை
பேரின்பம் உள்ளில் பொங்கி மகிழுதே!

போய்வா ஆதவா, இரவும் வந்தது,
மீண்டும் சந்திப்பேன் நானுன்னை நாளையே.

பட்சிகள் நீவீரே பறந்து செல்வீரே,
குஞ்சுகள் உமக்காய் கூட்டினில் ஏங்குதே!

சலசல ஓடையே நீயும்தான் பாய்ந்திடு,
தாகத்தால் மக்கள் உனை எதிர்பார்க்கின்றனரே!

செல்லமே வள்ளி(நீ) வந்திடு என்னிடம்,
நானுனை போஷிப்பேன் அன்பே உனைத்தானே!

ஆ… ஆ, ஆ, ஆ… ல… ல, ல, லா…
ஹே… ஹே, ஹே, ஹே… ல… ல, ல, லா…

ஆ… ஆ, ஆ, ஆ… ல… ல, ல, லா…
ஹே… ஹே, ஹே, ஹே… ல… ல, ல, லா…

ஆ… ஆ, ஆ, ஆ… ல… ல, ல, லா…
ஹே… ஹே, ஹே, ஹே… ல… ல, ல, லா…"

இப்படி தென்றல் தன்னை மறந்து பாடிக் கொண்டிருக்க, அங்கே சிலுசிலுவென இளங்காற்று வீசிக் கொண்டிருக்க, மாலை நேரமும் அந்த இனிய கீதத்தில் மயங்கி அன்னையின் மடியிலே துஞ்சி மகிழ தன்னை மறந்து சென்று கொண்டிருந்தது, இரவும் மெல்ல மெல்ல தலைதூக்கிக் கொண்டிருந்தது.

அந்த மெல்லிய இளங்காற்று, தென்றலின் இனிய கானத்தைச் சுமந்து மீண்டும் தாயம்மா வரும் வழியே சென்றது. தூரத்தில் தாயம்மாவுக்குத் தென்றலின் இனிய குரலை அது கொண்டு சேர்த்ததும், தாயம்மா மகிழ்ச்சியில்,

"அடி ஆத்தி, இது என் பேத்தியோட குரலு மாதிரியில தெரியுது! அவளுக்குப் பாட்டு போட எல்லாம் வருமா, என்ன?" என்று கூறிக்கொண்டே தனது நடையை வேகப்-படுத்தினாள்.

அவள் நினைத்தது சரிதான். அங்கே தென்றல் ஓடை ஓரமாக நின்று கொண்டு பாடிக் கொண்டிருந்ததைப் பார்த்தாள் தாயம்மா. பார்த்த அவள் மகிழ்ச்சியில் தனது தலையில் வைத்திருந்த தென்னங்கீற்றுக்கட்டை கீழே போட்டுவிட்டு தென்றலை நோக்கி தள்ளாத ஓட்டத்தைக் காண்பித்தாள்.

தள்ளாமல் ஓடிவந்த அவள், "அடி ஆத்தி, எம்பேத்தி எம்புட்டு அழகா பாடுறாவ்! என் ராசாத்தி, என் கண்ணே பட்டுடும் போல இருக்கே!

அம்மா, தென்றலு, என்னடா இது? உனக்கு யாருத்தே இந்த பாட்ட சொல்லி தந்தது?" என்று தென்றலைப் பார்த்துக் கேட்டாள் தாயம்மா.

இப்படி திடீரென பாட்டி வந்து நின்று தன்னைப் பாராட்டுவதைப் பார்த்த தென்றல், வள்ளியைக் கீழே விட்டுவிட்டு, ஓடிவந்து பாட்டியை இறுக கட்டிக் கொண்டாள். பின்னர், அவள் தன் பாட்டியிடம், "பாட்டி!... என்னனே தெரியல, எனக்கு திடீர்னு பாட வருது, பாட்டி."

தன்னை கட்டிக்கொண்டிருக்கும் தென்றலின் தலையில் மெல்ல வருடிக்கொடுத்தபடி தாயம்மா சொன்னாள், "என் ராசாத்தி, அது கடவுள் உனக்கு தந்த வரம், ஆத்தா! கோடி ரூவா கொடுத்தாலும் இத யாராலும் விலைக்கு வாங்கிட முடியாது. அது அவங்க அவங்க கூட பொறப்புல வரது.

நாளைக்கே நான் உன்கூட இல்லனாலும், நீ நல்லா வருவ, ஆத்தா. அந்த சாமி உன்ன பாத்துக்கும். அது போதும், ஆத்தா, எனக்கு!"

"பாட்டி... எனக்கு ரொம்ப பசிக்குது பாட்டி. எப்போ சோறு பொங்கித்தருவ?" எனக் கேட்டாள் தென்றல்.

"இதோ, சத்த நேரம், ஆத்தா. இன்னிக்கு நான் உனக்கு அரிசி சோறு பொங்கி போட்டு பருப்புக் கொழம்பு வெச்சித்தாரேன். நீ மவராசியா வயிறு நிறைய சாப்பிடு, ஆத்தா," என்று கூறி தென்றலைக் குடிசைக்குள் அழைத்துச் சென்றாள் தாயம்மா.

தென்றலும் பாட்டியுடன் பேசிக் கொண்டே குடிசைக்குள் சென்றாள். வள்ளியும் தென்றலின் காலை சுற்றியபடியே குடிசைக்குள் சென்றது. இந்நேரம் சூரியன் ஒன்றுமில்லாமல் முழுவதுமாக மறைந்திருந்தது. ஆங்காங்கே ஒன்றிரண்டு நட்சத்திரங்கள் மின்னத் துவங்கியிருந்தன.

தாயம்மா குடிசையிலிருந்து வெளியே வந்து முற்றத்தில் விளக்கு ஒன்றை ஏற்றி வைத்தாள்.

*****

ஆம், அது கடவுள் தென்றலின் வாழ்க்கையில் ஏற்றி வைத்த திறமை என்கிற வெளிச்சம் தான். இப்படி கடவுள் மனிதர்களுக்கு ஆங்காங்கே பரிசாகத் திறமைகளைக் கொடுக்கிறார். அப்படி கடவுள் அருளும் திறமைகளை உணர்ந்த ஒவ்வொருவரும் கடவுள் தனக்கு தந்த அந்த பரிசுக்காக அவருக்கு நன்றி கூற வேண்டும். மேலும், அத்தகு திறமைகளைக் கொண்ட யாராக இருந்தாலும் சரி, அவர்கள் தங்களது திறமைகளை எண்ணி எப்போதும் கர்வம் கொள்ளாமல் தாழ்மையுடன் தனது நிலையை எண்ணி பெருமைக் கொள்ள வேண்டும் என்பதே இக்கதையின் கருத்து.

பிச்சைக்காரன்

வயது முதிர்ந்த பெற்றோர்களை அநாதைகளாக விடும் பிள்ளைகளே உண்மையில் பிச்சைக்காரர்கள்!

- இரமணகுமார்

ஒருநாள் மதுரை பஜாரில் மக்கள் கூட்டம் அலை மோதிக் கொண்டிருந்தது. அங்கிருக்கும் அனைவருமே தங்கள் தங்கள் வேலையில் மும்முரம் காட்டியபடியும் பரபரப்-புடனும் காணப்பட்டார்கள்.

அங்கே யாருக்கும் பிறரைப் பற்றிய அக்கறையோ கவலையோ இருப்பதாகவே தெரியவில்லை. தேவை-யானதை வாங்கி விட்டு சீக்கிரம் வேலையை முடித்துக் கொண்டு போக வேண்டும் என்கிற ஒரு அவசரம் தான் எல்லோருக்குள்ளும் காணப்பட்டது.

பரபரப்பான சந்தை சூழ்நிலை. பிளாட்பாரத்தில் சிலர் தங்கள் கடைகளை விரித்திருந்தனர். அதில் சில வியாபா-ரிகள் தங்கள் பொருட்களின் பெயர்களைச் சொல்லி கூவி கூவி விற்பனை செய்துக் கொண்டிருந்தனர்.

"கிலோ பத்து, கிலோ பத்து, வெங்காயம். கிலோ அஞ்சு, கிலோ அஞ்சு, தக்காளி," என்று காய்கறி விற்பவன் கூவிக் கொண்டிருந்தான்.

"காட்டன் சி்ஃபான் சாரீஸ், அருமையான நிறம்மா, குறைவான விலைம்மா...

300 ரூபா சேல வெறும் நூறு ரூபா தான்... வாங்கமா, வந்து பாருங்கம்மா... உங்க வீட்டு பட்ஜெட்டுக்கு ஏத்த சேலம்மா...

காட்டன் சி்ஃபான் சாரீஸ், அருமையான நிறம்மா, குறைவான விலைம்மா..." என்று ஒரு ஆம்னி காரில் நின்று சேலைகளை ஒருவன் விற்றுக் கொண்டிருந்தான்.

"என்னப்பா, மூனு பொடவைய 200 ரூபாய்க்குக் கேட்டா தரமாட்டன்றியே.

நான் என்ன ஒசிலயா கேட்டேன்," என்று ஒரு பெண் அந்தப் புடைவை விற்பவனிடம் பேரம் பேசிக் கொண்டிருந்தாள்.

"ஏன்யா, தக்காளி ஒரு மூனு கிலோ போடு," என்று காய்கறி விற்பவனிடம் சொல்லிக் கொண்டிருந்தார் ஒரு நாற்பது வயது மதிக்கத்தக்க நபர்.

அங்கே ஜிகர்தண்டா விற்கும் ஒரு கடையில் கூட்டம் அலை மோதியது. டோக்கன்களை வாங்கிக் கொண்டு சிலர் எனக்குப் பத்துக் கப்பு, எனக்கு எட்டுக் கப்பு என்று பார்சல் தருபவனிடம் கேட்டுக் கொண்டிருந்தனர்.

ஒரு குடும்பம், அங்கே தெருவில் சென்றுக் கொண்-டிருக்க, அதில் அப்பா, அம்மா, இரண்டு குழந்தைகள் என மொத்தம் நான்கு பேர் காணப்பட்டனர்.

அதில் ஆண் குழந்தை, பெயர் சந்தோஷ், வயது 10, அப்பாவைப் பார்த்து, "அப்பா, ப்ளீஸ்ப்பா, ப்ளீஸ்ப்பா... ஒன்னே ஒன்னு... ப்ளீஸ்ப்பா..." என்று அப்பாவிடம் கெஞ்சிக் கொண்டிருந்தான்.

"டேய், அதெல்லாம் முடியாது. உனக்கு ஏற்கெனவே ஜலதோஷம் பிடிச்சிருக்கு. சான்ஸே இல்ல," என்று அப்பா, பெயர் செந்தில்நாதன், மகனிடம் சொல்லிக் கொண்டிருந்தார்.

"டேய், அண்ணா, நீ சும்மாவே வரமாட்டியா? எப்ப பாத்தாலும், ஏதாவது கேட்டுக்கிட்டே தான் இருப்பியா?" என்று அப்பாவுக்கு ஜால்ரா அடித்தாள், சந்தோஷின் தங்கை, பெயர் சுவேத்தா, வயது 8.

"ஏங்க, போனா போவுது, ஒன்னே ஒன்னு வாங்கித் தாங்களேன்," என்று தன் சப்போர்டை மகனுக்குக் காட்டினாள் அம்மா, பெயர் முத்து லட்சுமி.

"ஏன்டி, நீ என்னமோ உங்க அப்பன் வீட்டுல இருந்து எடுத்திட்டு வந்தா மாதிரி சொல்ற? இப்ப தானே, பானி பூரியும், சமோசாவும் சாப்பிட்டோம். அதுக்கு மேல ஜிகர்-தண்டா வேற வேணுமா?" என்று கேட்டார் செந்தில்-நாதன் முறைப்பாக.

"ஏங்க, ஒரு ஜிகர்தண்டா வெறும் இருபது ரூபா தானங்க. அதுக்கு போயிட்டு இப்படி யோசிக்கிறீங்களே?" என்று கேட்டாள் முத்து லட்சுமி.

"நீ சும்மா இருடி, உனக்கு ஒன்னும் தெரியாது. 20 ரூவானா உனக்கு அவ்வளவு கேவளமா போச்சா? அந்த 20 ரூவாவ சம்பாதிக்கிறதுனா, சும்மாவா? உங்க அப்பனாடி வந்து எங்கூட ராத்திரியும் பகலும் ஆஃபீஸ்ல கஷ்டப்படுறான். நான் தானே கஷ்டப்படுறேன். என்னமோ பெருசா பேசுற, 20 ரூவா தானேன்னு," என்று தன் ஆதங்கத்தை வெளிப்படுத்தினார் செந்தில்நாதன்.

"எங்கப்பா கட்டி கொடுக்காம தான் நீங்க ரெண்டு புள்ள பெத்திட்டிங்களாக்கும்?" என்று பதில் பேசினாள் முத்து லட்சுமி.

"அம்மா, ஷட்-அப்! இதெல்லாம் வீட்டுல போய் பேசிக்கோங்க, இங்க எதையாச்சும் பேசி ஷாப்பிங்க கெடுத்திடாதீங்க," என்று தன் பக்க பயத்தை வெளிப்படுத்தினாள் சுவேத்தா.

"ஏன்டி, உங்கப்பன் என்னமோ உன்ன தங்கத்தா- லேயே குளிப்பாட்டி அனுப்புனாப்புலல பேசுற. போட்டது 2 சவரன், அதுவும் பழைய உருப்படி தான், புதுசு கூட கிடையாது," என்று தனது குரலை உசத்தினார் செந்தில்- நாதன்.

"நானா, உங்கள மாப்ள பாக்க வந்தேன்? நீங்க தானே பொண்ணு நல்லா இருக்கான்னு தேடி வந்தீங்க," என்று அலுத்துக்கொண்டு பதில் சொன்னாள் முத்து லட்சுமி.

"என்னமோ நீ கலரா இருக்கியேன்னு நானும் ஏமாந்- துட்டேன், உங்கப்பன் இப்படி கஞ்ச கருமியா இருப்- பான்னு எனக்குத் தெரியாம போச்சு," என்று பதிலுக்குக் கெத்துக் காட்டினார் செந்தில்நாதன்.

"அப்பா, தாத்தா கஞ்சமோ இல்லையோ, இப்ப நீங்க தான் கஞ்சத்தனம் பன்றீங்க," என்று அப்பாவுக்குக் கவுண்டர் கொடுத்தான் சந்தோஷ்.

"டேய், என்னடா, வாய் ரொம்ப நீளுது," என்று மிரட்டும் தொனியில் கேட்டார் செந்தில்நாதன்.

"சாரிப்பா... தெரியாம சொல்லிட்டேன்," என்று காதுகளைப் பிடித்தான் சந்தோஷ்.

"டேய்! எப்படி நடிக்கிறான் பாரு," என்றாள் சுவேத்தா.

"ஏங்க, எங்களுக்கெல்லாம் கூட வேணாங்க. அவ-னுக்கு மட்டும் ஒன்னே ஒன்னு வாங்கித்தாங்களேன்," என்று செல்லமாகக் கூறினாள் முத்து லட்சுமி.

"எஸ்ப்பா, அவனுக்கு மட்டும் ஒன்னே ஒன்னு வாங்கித் தாங்கப்பா," என்று திடீரென கட்சிமாறினாள் சுவேத்தா.

"சரி சரி, வாங்க போலாம்," என்று எல்லோரையும் ஜிகர்தண்டா கடையை நோக்கி அழைத்துச் சென்றார் செந்தில்நாதன்.

15 நிமிடங்களில் அவர்கள் கையில் ஜிகர்தண்டா கப்புகள் வந்து சேர்ந்தது. அதை குடித்த சந்தோஷ், "அப்பா, செம்ம டேஸ்டா இருக்குப்பா, சான்ஸே இல்ல," என்று செந்தில்நாதனிடம் கூறினான்.

"பின்ன, டேஸ்டு இல்லாம இப்படி ஒரு பேரு வருமாடா?" என்று கர்வத்துடன் கேட்டார் செந்தில்நாதன்.

ஜிகர்தண்டாவைக் குடும்பமாக உருசித்தப் பின்னர், அவர்கள் அங்கிருந்து தங்கள் காரை நோக்கி நடக்கத் துவங்கினர்.

அப்போது செந்தில்நாதன் முத்து லட்சுமியைப் பார்த்துக் கேட்டார், "சரி, இப்பவே வயிறு ஃபுல்லாயிடிச்சி, அதனால ஹோட்டலுக்கு எல்லாம் போக முடியாது. வீட்டுக்குப் போயே டிஃபன் செஞ்சி சாப்பிடலாமா?"

"நீங்க சொல்றதும் சரிதான்," என்றாள் முத்து லட்சுமி.

"அடப்பாவமே, ஜிகர்தண்டா குடிச்சதுக்குப் பதிலா, ஹோட்டலுக்கே போயிருக்கலாமே," என்று மனதுக்குள் நினைத்தான் சந்தோஷ்.

செந்தில்நாதன் கூறியதைக் கேட்டதும் சுவேத்தாவின் முகமும் வாடிவிட்டது. இதை கவனித்த செந்தில்நாதன், "டேய், அப்பா சும்மா சொன்னேன்டா, கண்ணுகளா. நாம ஹோட்டலுக்குப் போறோம், கவலைப்படாதீங்க!" என்று குழந்தைகளைப் பார்த்துச் சொன்னார்.

இதைக் கேட்ட அவர்கள் முகத்தில் மீண்டும் சந்தோஷம் பொங்கியது.

"தேங்ஸ்ப்பா," என்றபடி சுவேத்தா செந்தில்நாதனின் கைகளைப் பிடித்துக் கொண்டாள்.

"வாடா செல்லம்," என்று கூறி செந்தில்நாதன் சுவேத்தாவை தன் அருகில் அணைத்தபடி நடந்தார்.

அப்போது அங்கே திடீரென ஒருவர் மயங்கி விழும் சத்தம் கேட்டது. அருகிலிருந்த சிலர் உடனே சத்தம் கேட்ட இடத்தை நோக்கி ஓடினர்.

செந்தில்நாதனும் சத்தம் கேட்ட இடத்தை நோக்கி ஓடினார். அங்கே சென்று பார்த்தால், ஒரு 70 வயது மதிக்கத்தக்க பெரியவர் ரோட்டில் மயங்கி விழுந்தி-ருந்தார்.

அங்கே கூடியிருந்த கூட்டத்தில் காணப்பட்ட ஒரு பெண், "ஐயா, யாராவது கொஞ்சம் தண்ணி கொண்டு வாங்க," எனக் கூறினாள்.

ஒருவர் அருகிலிருந்த டீக்கடையிலிருந்து ஒரு ஜாரில் தண்ணீர் கொண்டு வந்தார். அந்தப் பெண் அதை வாங்கி அவரது முகத்தில் தெளித்தாள்.

தண்ணீர் தெளித்தவுடன் அப்பெரியவர் மெல்ல கண்-களைத் திறந்தார். கண்களைத் திறந்த அவர் தன்னை-யறியாமல் வாய்க்குள்ளேயே முனகினார்.

"ஐயா, பெரியவரே, என்ன ஆச்சி? ஏன், காலையில எதுவும் சாப்பிடலீங்களா?" என்று செந்தில்நாதன் அவரைக் கேட்டார்.

அந்நேரம் சிலர் அப்பெரியவரை எழுப்பி அமர வைத்-தனர். அப்போது அப்பெண் அவருக்குக் குடிக்க தண்ணீர் கொடுத்தாள். தண்ணீர் குடித்துவிட்டு அவர், "இல்ல, தம்பி, நான் வீட்ட விட்டு வெளிய வந்து ரெண்டு நாள் ஆச்சி. பாக்கெட்ல பத்து காசு இல்ல. இந்த வயசுல எனக்கு யாரும் வேலையும் தரமாட்டாங்க. பிச்ச எடுக்க-வும் அசிங்கமா இருக்கு. என்ன பன்றதுனு தெரியாம இப்படி ரோட்டுல சுத்திக்கிட்டு இருக்கேன்," என்றார்.

"அடப்பாவமே, ஏன்யா, உங்களுக்குப் புள்ளைங்க யாரும் இல்லீங்களா?" என்று செந்தில்நாதன் கேட்டார்.

"இருக்கானுவ, ஆனா என்னத்தனு சொல்ல. எனக்குப் பொறந்த ரெண்டு புள்ளைங்களும் சொத்த எல்லாம் அவங்க பேருக்கு மாத்தினதும், என்ன அம்போனு நடுத்-தெருவில விட்டுட்டானுங்க," என்று புலம்பினார்.

"ஏன்யா, புள்ளைங்க இப்படி கூடவா இருப்பாங்க?" என்று அப்பாவித்தனமாகக் கேட்டார் செந்தில்நாதன்.

"இருக்கானுவ, அது என் தலையெழுத்து. நீங்க உங்க வேலைய பாருங்க," என்று தன் விதியை நினைத்தபடி பதில் சொன்னார் பெரியவர்.

அப்போது, பெரியவர் முகத்தில் தண்ணீர் தெளித்த அப்பெண், "ஐயா, உங்களுக்குக் காபி, டீ, ஏதாச்சும் வாங்கிட்டு வரட்டுங்களா?" என்று கேட்டாள்.

"இல்லமா, நானே அவர ஹோட்டலுக்குக் கூட்டிட்டுப் போறேன்," என்று பதில் சூறினார் செந்தில்நாதன்.

"சரிங்க, சார்," என்று கூறினாள் அப்பெண்.

"தம்பி, யாராவது ஒரு கை பிடிங்களேன், பெரியவர என்னோட கார் வரைக்குக் கூட்டிட்டு போலாம்," என்றார் செந்தில்நாதன்.

உடனே அங்கிருந்த இருவர் பெரியவரைக் கைத்தாங்-களாய் பிடித்துத் தூக்கி செந்தில்நாதன் கார் வரை கொண்டு வந்து விட்டனர்.

செந்தில்நாதன் தன் குடும்பத்துடன் நடந்து காருக்கு அருகில் வந்தார்.

இப்படி அறிமுகமில்லாத ஒருவருக்குச் சாப்பாடு வாங்கி கொடுக்க தங்களது அப்பா அவரை தன்னுடன் அழைத்து வருவதைப் பார்த்த சந்தோஷுக்கும் சுவேத்தாவுக்கும் ஆச்சரியமாக இருந்தது.

செந்தில்நாதன் பெரியவரை காரின் முன்னிருக்-கையில் அமர வைத்துவிட்டு மனைவியையும் பிள்ளை-களையும் பின்னிருக்கையில் அமரும்படி கூறினார். அவர்களும் அப்படியே செய்தனர். செந்தில்நாதன் காரைப் பார்க்கிங்கிலிருந்து எடுத்து ஓட்டலை நோக்கி செலுத்தினார்.

"அப்பா கஞ்சமா, இல்ல தர்மப்பிரபுவா?" என்று தன் மனதிற்குள் கேள்வி கேட்டுக்கொண்டே குழப்பத்துடன் அம்மாவின் மடியில் அமர்ந்திருந்த சுவேத்தாவைப் பார்த்தான் சந்தோஷ்.

ஓடிக்கொண்டிருக்கும் காருக்குள் ஓடமுடியாமல் சிக்கி நின்றுக் கொண்டிருந்தது சுவேத்தாவின் சிந்தனை குதிரை. அதை அவள் முகத்தில் தெளிவாகக் கவனித்தான் சந்தோஷ்.

இப்படி அவர்கள் சிந்தனை குதிரை மாறி மாறி ஓடிக் கொண்டிருக்க, கார் ஒரு ரெஸ்டாரண்டு (ஓட்டல்) வாசலில் வந்து நின்றது.

மற்றவர்கள் அமைதியாக ரெஸ்டாரெண்டிற்குள் நடக்க, செந்தில்நாதன் அந்த பெரியவரைக் கைத்தாங்-களாய் கூட்டிக்கொண்டு வந்தார்.

காலியாக இருந்த ஒரு மேஜையில் எல்லோரும் உட்கார, செந்தில்நாதன் அந்தப் பெரியவரைப் பார்த்து, "பெரியவரே, என்ன நீங்க பிரியாணி சாப்பிடுவீங்களா?" என்று கேட்டார்.

உடனே பெரியவர், "தம்பி, நானே இப்ப ஒரு பிச்சக்-காரன் மாதிரி தான் இருக்கேன். எனக்கு எதுக்குத் தம்பி பிரியாணி எல்லாம்?" என்று கூறினார்.

"பெரியவரே, உங்க குழந்தைங்க பொறந்ததும் அது அம்மாவோட தாய்ப்பால நம்பிதான் வாழணும். அதே மாதிரி பால் மறந்ததும் குழந்தைங்க அப்பாவோட சம்பாத்தியத்த நம்பி தான் வாழணும். இது கடவுள் அவங்க தலையில எழுதுனது. இப்படி குழந்தைங்க அப்பா, அம்மா கைய நம்பி இருக்கிறத பிச்சை கேட்குற மாதிரினு நீங்க சொல்லுவீங்களா?" என்று கேட்டார் செந்தில்நாதன்.

"அதெப்படிப்பா, அதெல்லாம் அப்பா அம்மாவோட கடமை, இல்லையா?" என்று கூறினார் பெரியவர்.

"அதுமாதிரி தான், பெரியவரே, வயசான காலத்துல உங்களுக்கு இப்படி சோறு போடுறதும் என்னோட கடமை," என்றார் செந்தில்நாதன்.

இதைக் கேட்ட பெரியவரின் கண்கள் கலங்கியது.

"ஆனா, பெரியவரே, இப்படி வயசான காலத்துல உங்கள நடுத்துதெருவுல வர அளவுக்கு விட்டுட்டு, சொத்து மட்டும் போதும்னு இருக்காங்களே, உங்க ரெண்டு புள்ளைங்க, அவங்க தான் உண்மையான பிச்சைக்காரங்க, ஏன்னா, நீங்க அவங்களுக்கு உங்க சொத்தையே பிச்சையா போட்டிருக்கீங்க!" என்றார் செந்தில்நாதன்.

அதைக் கேட்ட முத்து லட்சுமியின் கண்களில் கண்ணீர் பெருக்கெடுத்தது. சற்று நேரத்தில் பிரியாணி வரவே எல்லோரும் சந்தோஷமாக எடுத்து அதை சாப்பிட ஆரம்பித்தனர்.

பிறந்த மண்

நகரம் நோக்கி பிழைக்க வருவோர் மத்தியில் கிராமத்தில் வாழ்வைத் தேடும் சிலர்!

- இரமணகுமார்

நீலகிரி மாவட்டம், சந்தோஷவன கிராமத்தில் அது ஒரு அடர்ந்த மழைக்காலம். அங்கு எல்லாமே இயற்கை எழிலோடு தான் காணப்பட்டது. அது ஒரு அழகான மலை சார்ந்த குக்கிராமம். அக்கிராமத்தைச் சுற்றிலும் உயர்ந்த மலைகள் நாலாபுறமும் கம்பீரமாகக் காட்சி அளித்தது. ஒருமுறை அந்த குக்கிராமத்திற்குள் காலடி எடுத்து வைத்துவிட்டால் போதும், யாராக இருந்தாலும் அவ்வளவு எளிதில் அதிலிருந்து வெளியே வர முடியாது. ஏனெனில், அதன் பசுமை எழிலும் அழகு சூழலும் அத்துணை இரம்மியமாக இருக்கும்.

அந்த அழகான குக்கிராமத்தில் திரும்புகிற இடமெல்-லாம் வருடம் முழுவதும் வற்றாத நீரோடைகளும் சிறு சிறு அருவிகளும் கண்களுக்கு விருந்தளித்தன. அந்தக் கிராமத்தில் ஏறத்தாழ 40 குடும்பங்கள் வசித்தன. மக்கள் தொகை சுமார் 150 லிருந்து 200 வரை இருக்கும். அந்தக் கிராமத்தில் சொல்லுகிற அளவிற்குப் பெரிய கட்டு-மானங்களோ கேளிக்கை அரங்கங்களோ எதுவும் கிடையாது. ஆனாலும், அங்கே கிடைக்கின்ற மன அமைதிக்கு இந்த உலகில் எதுவுமே ஈடாகாது.

அழகும் எழிலும் நிறைந்த அந்தக் குக்கிராமத்தில் பள்ளிக்கூடம் என்பது ஒன்றே ஒன்று தான் இருந்தது. அதுவும் பத்தாம் வகுப்பு வரை மட்டுமே இருந்தது. அக்கிராமத்துக் குழந்தைகளுக்கு வீட்டுக்கு அடுத்த-படியாக இருக்கிற ஒரே சந்தோஷம் என்றால் அது அந்த பள்ளிக்கூடம் தான்.

அப்பள்ளிக்கூடத்துக்கு 5 ஆசிரியர்களும் ஒரு தலைமை ஆசிரியர் மட்டுமே இருந்தனர். அங்கு படித்த 25 மாணவர்களுக்கு இவர்கள் மட்டும் தான் பாடம் நடத்-தினார்கள். மாணவர் கூட்டம் குறைவாக இருந்தாலும் அவர்களுக்கு எவ்வித குறையும் இல்லாத அளவிற்குப் பள்ளிக்கூடம் இருந்தது. அதற்கு காரணம் அப்பள்ளிக்-கூடத்தின் தலைமை ஆசிரியர் தான்.

அந்தத் தலைமை ஆசிரியரின் பெயர் செங்கோட தமிழ் புலவன். அவருக்கு அவரது பெற்றோர் வைத்த பெயர் என்னவோ செங்கோடன் தான், ஆனாலும் அவருக்கு தமிழ் மீது இருந்த பற்றின் காரணமாக அவர் தனது பெயரைச் செங்கோட தமிழ் புலவன் என்று மாற்றி வைத்துக் கொண்டார். அவருக்கு வயது சுமார் 40 இருக்கும். மேலும் செண்பகவள்ளி என்கிற ஒரு மனைவியும், மணிமுத்து என்கிற 10 வயது மகனும், பூங்குழலி என்கிற 8 வயது மகளும் இருந்தனர். செங்கோடனின் பிள்ளைகளும் அவர் வேலை பார்க்கும் அதே பள்ளிக்கூடத்தில் தான் படித்தார்கள்.

அன்று காலை முதலே அந்த ஊரில் நல்ல மழை பெய்துக் கொண்டிருந்தது. அதனால் பள்ளிக்கூடம் அன்று விடுமுறை விடப்பட்டிருந்தது.

காலையில் மணி சுமார் பத்து இருக்கும். செங்கோடன் வீட்டு வாசலிலிருந்து ஒரு குரல் கேட்டது, "சார், தந்தி வந்திருக்கு."

அதற்கு எந்த பதிலும் வராததால் மீண்டும் அக்குரல் கேட்டது, "சார், வீட்டுல யாராவது இருக்கீங்களா?"

சிறிது நேரத்தில் கதவு திறக்க உள்ளே இருந்து மணிமுத்து வந்து, "யாரு நீங்க, என்ன வேணும்?" என்று கேட்டான்.

"தம்பி, வீட்டுல அப்பா இல்லியாப்பா," என்று வந்தவர் கேட்டார்.

"அப்பா, தோட்டத்துல இருக்காரு. என்ன விஷயம் சொல்லுங்க," என்று மணிமுத்து கேட்டான்.

"அப்பாவுக்கு ஒரு தந்தி வந்திருக்குப்பா, வந்து கையெழுத்துப் போட்டுட்டு, வாங்கிக்க சொல்லு," என்றார் அவர்.

"சரி, இருங்க, அப்பாவ கூட்டிட்டு வரேன்," என்று சொல்லிவிட்டு மணிமுத்து உள்ளே சென்றான்.

சிறிது நேரத்தில் செங்கோடன் வெளியே வந்து, "சொல்லுங்க, சார்," என்றார்.

"சார், உங்களுக்கு ஒரு தந்தி வந்திருக்கு. இந்தாங்க, சார்," என்று சொல்லி கையிலிருந்த ஒரு சீட்டை எடுத்து நீட்டினார் வந்தவர்.

அதை வாங்கிக் கொண்டு செங்கோடன் அவருக்குக் கையெழுத்தைப் போட்டு அனுப்பினார்.

சிறிது நேரம் கழித்துச் செங்கோடன் அந்தத் தந்தியைப் பிரித்துப் படித்துப் பார்த்து அதிர்ச்சி அடைந்-தார்.

"என்னப்பா ஆச்சி. ஏன், இத படிச்சதும் நீங்க அதிர்ச்சி ஆயிட்டீங்க?" என்று மணிமுத்து கேட்டான்.

"இல்லப்பா, மெட்ராஸ்ல இருக்கிற என்னோட அப்பா-வுக்கு உடம்புக்கு முடியலைனு தந்தி வந்திருக்கு, அதான்," என்றார் செங்கோடன்.

"என்னங்க, என்ன ஆச்சி, யார்கிட்ட இருந்து தந்தி வந்திருக்கு?" என்று கேட்டுக் கொண்டே செண்பகவள்ளி சமையல்கட்டிலிருந்து வெளியே வந்தாள்.

"இல்ல, என்னோட அப்பா முடியாம இருக்கார்னு தந்தி வந்திருக்கு," என்றார் செங்கோடன்.

"அடக்கடவுளே! இப்ப என்னங்க பன்றது?" என்று செண்பகவள்ளி வருத்தத்துடன் கேட்டாள்.

"வேற என்ன, ஊருக்குப் போயி அவர ஒரு எட்டு பாத்-திட்டு வரவேண்டியது தான்," என்றார் செங்கோடன்.

"ஆமாங்க, கிட்டதட்ட 15 வருஷம் ஆகுது நீங்க உங்க வீட்ட விட்டு வந்து," என்று பதிலுக்குச் சொன்னாள் செண்பகவள்ளி.

"ஹே... நாம மெட்ராஸூக்குப் போகப் போறோம், பூங்குழலி உனக்குக் கேட்டுதா?" என்று கத்திக்கொண்டே மணிமுத்து தோட்டத்துக்கு ஓடினான்.

"டேய், அண்ணா, ஏன்டா இப்படி கக்திக்கிட்டே ஓடி வர," என்று பூங்குழலி கேட்டுக்கொண்டே தோட்டத்-திலிருந்து வீட்டுக்குள் வந்தாள்.

"நாம எல்லாம் மெட்ராஸுக்குப் போகப் போறோம்னு அப்பா சொன்னாரு," என்று சந்தோஷமாகச் சொன்னான் மணிமுத்து.

"அப்படியா! ஹே, ஜாலி..." என்று பூங்குழலியும் மணிமுத்து கூட சேர்ந்து கத்தத்தொடங்கினாள்.

சிறிது நேர கூச்சலுக்குப் பிறகு, மணிமுத்துவும் பூங்-குழலியும் நாற்காலியில் உட்கார்ந்திருந்த செங்கோடன் அருகில் வந்து, "அப்பா, நாம நிஜமாவே மெட்ராஸுக்குப் போகப்போறோமா?" என்று கேட்டார்கள்.

"ம்ம்..." என்று வருத்தத்திலிருந்த செங்கோடன் பதிலளித்தார்.

"சரிப்பா, அங்க யார் இருக்கிறது?" என்று பூங்குழலி கேட்டாள்.

"அங்க, என்னோட அப்பா, அதாவது உங்க தாத்தா இருக்காருமா," என்றார் செங்கோடன்.

"என்னது, தாத்தாவா? அவருதான் கொடைக்கானல்ல இருக்காரே. அப்ப இவரு யாரு?" என்று கேட்டான் மணிமுத்து.

"இல்லப்பா, கொடைக்கானல்ல இருக்கிறவரு அம்மாவோட அப்பா. மெட்ராஸ்ல இருக்கிறது என்னோட அப்பா," என்றார் சொங்கோடன் புரியும்படி.

"ஓ... ஒ... ஆனா, அவர பத்தி நீங்க எங்களுக்கு எதுவுமே சொல்லலையே. இதுவரைக்கும் நீங்க எங்கள மெட்ராஸுக்குக் கூட்டிட்டுப் போனது கூட கிடையாது," என்று மணிமுத்துக் கேட்டான்.

"இல்லப்பா, அது ஒரு பெரிய கதை நான் அப்புறமா அதப்பத்தி உனக்குச் சொல்றேன்," என்றார் செங்கோடன்.

"என்னது, கதையா! அப்பா, அப்படின்னா, எனக்கும் அந்த கதைய சொல்லனும்," என்று பூங்குழலி கேட்டாள்.

"சரிமா, சொல்றேன்," என்றார் செங்கோடன்.

"என்னங்க, எப்ப நாம கிளம்புறது," என்று செண்பகவள்ளி கேட்டாள்.

"நைட்டு வண்டிக்கே கிளம்புவோம்," என்று செங்கோடன் பதிலளித்தார்.

இப்படி அவர்கள் பேசி ஒரு முடிவுக்கு வந்தவுடன் ஒவ்வொருவரும் தாங்கள் கிளம்புவதற்கான ஏற்பாட்டைப் பார்த்தார்கள். அன்றைய பொழுது அப்படியே கடந்தது.

மாலையில் மணி 5 இருக்கும். மழையும் நல்லபடியாக ஓய்ந்திருந்தது. செண்பகவள்ளி பயணத்திற்குத் தேவையான அனைத்தையும் பெட்டியில் எடுத்து வைத்திருந்தாள்.

பின்னர் எல்லோரும் குளித்து முடித்துப் பயனத்திற்குத் தயாராகினர்.

"அம்மா, எனக்குப் பேன்ட் எடுத்துக் கொடும்மா," என்று மணிமுத்து சத்தமிட்டான்.

"டேய், அங்க அந்த டேபிள் மேல வெச்சிருக்கேன், பாருடா" என்றாள் செண்பகவள்ளி.

"சரிம்மா," என்றான் மணிமுத்து.

"பூங்குழலி, என்ன, நீ தயாராயிட்டியா," என்றாள் செண்பகவள்ளி.

"நான் எப்பவோ தயார், மணி தான் இன்னும் கிளம்-பல," என்றாள் பூங்குழலி பதிலுக்கு.

பின்னர் ஒருவழியாக மாலை 5½ மணியளவில் வீட்டி-லிருந்து கிளம்பி பக்கத்துப் பஸ் ஸ்டாப்பிற்கு வந்தார்கள். அங்கிருந்து டவுன் பஸ் பிடித்த அவர்கள் பக்கத்து டவுனுக்கு வந்து மெட்ராஸ் பஸ் பிடித்தார்கள். அந்த பஸ் கிளம்பி சாலை மீது தேர் போல நகர ஆரம்பித்தது. அப்போது,

"அப்பா, மெட்ராஸ் எப்படிப்பா இருக்கும்?" என்று கேட்டாள் பூங்குழலி.

"அதுவா, அது நம்ம ஊரவிட ரொம்ப பெருசா இருக்-கும்மா," என்றார் செங்கோடன்.

"அங்க நம்ம ஊரு மாதிரியே நிறைய நீரோடை, மரம், தோட்டம் எல்லாம் இருக்குமாப்பா?" என்று கேட்டாள் பூங்குழலி.

பூங்குழலி அப்படி ஒரு கேள்வி கேட்டதும் செங்கோடன் பதில் எதுவும் பேசாமல் அவளது முகத்-தையே பார்த்தார்.

"அப்பா, சொல்லுங்கப்பா, மெட்ராஸ் நம்ம ஊரு மாதிரியே இருக்குமாப்பா," என்று மறுபடியும் கேட்டாள் பூங்குழலி.

"அதான், நீயே போக போற இல்லையாமா, வந்து நேர்ல நீயே பாரு," என்று மழுப்பலாகப் பதில் கூறினார் செங்கோடன்.

"சரிப்பா, நானே போய் நேர்ல பாத்துக்கிறேன்," என்று பதில் கூறினாள் பூங்குழலி.

பேருந்து மெல்ல மெல்ல வேகமெடுத்து நெடுஞ்சாலையில் 50 மைல் வேகத்தில் பறந்துக்கொண்டிருந்தது. மணிமுத்துவும் பூங்குழலியும் கண்ணயர ஆரம்பித்தனர்.

மழைக்கால இரவும் குளிர்ந்த காற்றும் பேருந்து பயணத்தை இனிமையாக்கியிருந்தது. அந்த இனிமையான சூழலில் செண்பகவள்ளி செங்கோடனைப் பார்த்து,

"என்னங்க, இத்தன நாள் கழிச்சு நாம மெட்ராஸுக்குப் போறோம். அங்க நிலைமை எல்லாம் எப்படி இருக்கும்ங்க," என்று கேட்டாள்.

"எனக்கும் சரியா எதுவும் தெரியல. அங்க போனா தான் நிலவரம் என்னன்னு புரியும்," என்று பதிலுரைத்தார் செங்கோடன்.

இப்படியே இருவரும் ஒரு அரை மணி நேரத்திற்கு ஒருவரோடு ஒருவர் பேசியபடி பயனத்தைத் தொடர்ந்தனர். பின்னர், நித்திரை அவர்களை ஆட்கொள்ளவே இருவரும் கண்ணயர்ந்தபடி தூங்க ஆரம்பித்தனர்.

காலை மணி 5 இருக்கும். சென்னை கோயம்பேடு பஸ் நிலையத்தில் அவர்களது பேருந்து வந்து நின்றது.

"எல்லாம் எழுந்திருங்க, கோயம்பேடு பஸ் ஸ்டாப் வந்தாச்சு, வங்க, வாங்க," என்று பேருந்து நடத்துனர் சத்தமிட்டபடியே பேருந்தில் இருந்தவர்களை எழுப்பினார்.

அந்தச் சத்தம் கேட்ட பயணிகள் எல்லாம் தங்கள் தங்கள் பைகளைகளையும் உடைமைகளையும் எடுத்துக் கொண்டு பேருந்தை விட்டு இறங்க ஆரம்பித்தனர். ஒவ்

வொருவராக எல்லோரும் பேருந்திலிருந்து இறங்கினர். கடைசியாக, செங்கோடனும் அவரது குடும்பத்தினரும் இறங்கி வந்தனர். பூங்குழலிக்கும் மணிமுத்துவுக்கும் இன்னும் தூக்கம் தெளியவில்லை. அவர்கள் அப்போதும் தூக்க கலக்கத்தில் தான் இருந்தனர்.

"என்னப்பா, மெட்ராஸ் வந்தாச்சா," என்று கேட்டாள் பூங்குழலி தூக்க கலக்கத்தில்.

"அப்பா, எனக்கு அர்ஜென்டா பாத்ரூம் வருதுப்பா," என்றான் மணிமுத்து.

அந்தத் தூக்க கலக்கத்திலும் அவனது முகத்தில் அவசர நிலை தென்பட்டது.

"சரி, செண்பகவள்ளி, நீ பூங்குழலியோட இங்க இரு. நான் இவன பாத்ரூம் வரைக்கும் கூட்டிட்டு போயிட்டு வந்திடுறேன்," என்று கூறிவிட்டு செங்கோடன் அங்கிருந்து மணிமுத்துவைக் கூட்டிக் கொண்டுப் போனார்.

15 நிமிடங்கள் கழித்து திரும்ப வந்ததும், செங்கோடன் செண்பகவள்ளியைப் பார்த்து, "சரிம்மா, நீயும் பூங்குழலிய பாத்ரூம் கூட்டிட்டுப் போயிட்டு வந்திடு," என்று கூறினார்.

"சரிங்கா, நாங்க போயிட்டு வந்திடுறோம்," என்று கூறி செண்பகவள்ளி பூங்குழலியை கையோடு கூட்டிக் கொண்டுப் போனாள்.

சற்று நேரம் கழித்து அவர்கள் வந்ததும் எல்லோரும் பக்கத்திலிருந்த ஒரு டீக்கடைக்குச் சென்று டீ மற்றும் பிஸ்கட்டுகளைச் சாப்பிட்டுச் சற்றுப் புத்துணர்ச்சி பெற்றனர்.

பின்னர் ஒரு காரை வாடகைக்கு அமர்திக் கொண்டு செங்கோடன் தனது குடும்பத்தினரைத் தனது தகப்பனார் வீடு நோக்கி அழைத்துச் சென்றார்.

காரின் முன்னிருக்கையில் செங்கோடன் அமர்ந்து கொள்ள பின்னிருக்கையில் செண்பகவள்ளியும் பிள்ளைகளும் அமர்ந்தனர்.

கார் சாலைமீது நகர தொடங்கியதும் பூங்குழலி செங்-கோடனைப் பார்த்துக் கேட்டாள், "அப்பா இது தான் மெட்ராஸாப்பா?" அவளது பேச்சில் அறியாமை நன்றா-கவே கலந்திருந்தது.

பூங்குழலி அப்படி ஒரு கேள்வி கேட்டதும் கார் ஓட்டுநர் செங்கோடனைத் திரும்பிப் பார்த்து, "என்ன, சார், நீங்க சிட்டிக்குப் புதுசா?" என்று கேட்டார்.

"ஆமா, என் குடும்பத்துக்கு மெட்ராஸ் புதுசு தான், ஆனா எனக்கு இல்ல," என்று அமைதியாகப் பதில் சொன்னார் செங்கோடன்.

"என்ன, சார், ஒரே புதிர் போட்டு பேசுறீங்க," என்றார் கார் ஓட்டுநர் பதிலுக்கு.

"இல்லங்க, என்னோட கல்யாணத்துக்கு முன்னாடி என் அப்பா கூட ஒரு தகராறு, அதனால வீட்ட விட்டு வெளிய போயிட்டேன். அப்புறமா, நீலகிரி மாவட்டத்துல பள்ளிக்கூட ஹெட்மாஸ்ட்ரா வேலை கிடைச்சு கல்யா-ணமும் ஆகி அங்கேயே தங்கிட்டேன். பிள்ளைங்களும் பிறந்துட்டாங்க. அதுக்கப்புறமா 15 வருஷம் கழிச்சி இப்ப தான் மெட்ராஸ் பக்கம் தலை காட்டுறேன்," என்றார் செங்கோடன்.

"ஒ... இவ்ளோ விஷயம் இருக்கா, சார். தெரியாம கேட்டுட்டேன், சாரி, சார்!" என்று கூறிவிட்டுக் கார் ஓட்டுநர் தனது வேலையில் முழுமையாக ஈடுபட்டார்.

காரின் ஒரு கதவு வழியாகப் பூங்குழலியும் மற்றொரு கதவு வழியாக மணிமுத்துவும் வேடிக்கை பார்த்தபடியே வந்தனர்.

அப்போது கார் பூந்தமல்லி நெடுஞ்சாலையிலுள்ள ஆம்பா ஸ்கைவாக் என்கிற கட்டிடத்தைக் கடந்து சென்றது. அதைப் பார்த்த மணிமுத்து, "ஏய், பூங்குழலி, இங்க பாரு, பெரிய பில்டிங். எவ்ளோ பெருசா இருக்குப் பாரு," என்று சத்தமிட்டான்.

அவன் சத்தத்தைக் கேட்ட பூங்குழலி, அந்த பக்கமாகத் திரும்பிப் பார்த்து, "அட, ஆமாம்டா, எவ்ளோ பெருசா இருக்கு!" என்று ஆச்சரியப்பட்டாள்.

இப்படி அவர்கள் மெட்ராஸ் பட்டணத்தின் அழகை காலை நேர இளம் வெயிலில் இரசித்தபடி சென்றார்கள்.

மணிமுத்துவும் பூங்குழலியும் மெட்ராஸ் பட்டணத்தின் அழகை இரசித்தபடி அதன் அழகையும் சந்தோஷ-வனத்தின் அழகையும் ஒப்பிட்டபடியே பேசிக் கொண்டு வந்தனர்.

இறுதியாக, அவர்கள் திருவல்லிக்கேணியில் உள்ள துளசிங்க பெருமாள் கோவில் தெருவுக்கு வந்தடைந்-தார்கள். அங்கு தான் அவர்களது தாத்தா வீடு உள்ளது.

கார் ஒரு பழங்கால வீட்டின் கேட் வாசல் முன்பாக வந்து நின்றது. அந்த வீடு பிரிட்டிஷார் காலத்தில் கட்டப்பட்ட வீடு. வெள்ளைக்காரர்களின் வாசம் அந்த கட்டிடக்கலையில் நன்றகவே தென்பட்டது.

இரண்டு மாடிக்கட்டிடமான அது வெள்ளை நிற சுண்ணாம்பு பூசப்பட்டு கம்பீரமாகக் காட்சியளித்தது. கட்டிடத்தின் முகப்பில் 1883 என்று எழுதப்பட்டிருந்தது.

காரிலிருந்து செங்கோடனும் அவரது குடும்பத்தாரும் இறங்கி பெட்டிப் படுக்கைகளை எடுத்துக்கொண்டு கேட்டை திறந்து வீட்டின் காம்பவுண்டிற்குள் நுழைந்தார்கள்.

அப்போது அந்த வீட்டிற்குள்ளிருந்து ஒரு வயதான பெண்மணி மெதுவாக வெளியே நடந்து வந்து கண்களைச் சுருக்கியபடி பார்த்து, "அட, தம்பி செங்கோட, இப்ப தான் உனக்கு அப்பாவையும் அம்மாவையும் பார்க்க தோனுச்சாயா?" என்று கண்ணீர் மல்க கேட்டார்.

நேராக வந்து அவர் முன் நின்ற செங்கோடன், கணத்த குரலில், "அம்மா, கடைசியா நான் வீட்ட விட்டுப் போனப்ப எனக்கு என் புருஷன் கௌரவம் தான் முக்கியம்னு சொன்னீங்களே, ஞாபகம் இருக்கா?" என்று கேட்டார்.

"சாமி, இப்ப அந்தக் கதையெல்லாம் எதுக்குப்பா. நீ திரும்பி வந்ததே போதும். அப்பா, உள்ளே படுத்துக்கிட்டு இருக்காரு," என்று பதிலுரைத்தாள் செங்கோடனின் அம்மா.

"சரி, எல்லாம் உள்ள வாங்க, எதுக்கு வெளியே நின்னுக்கிட்டே பேசனும்," என்று செங்கோடனின் அம்மா அழைக்க செங்கோடனும் அவரது குடும்பத்தாரும் வீட்டிற்குள் நுழைந்தார்கள்.

செங்கோடனின் அம்மா செங்கோடனையும் அவரது குடும்பத்தாரையும் செங்கோடன் அப்பா இருந்த அறை நோக்கி அழைத்துச் சென்றார்.

அங்கே செங்கோடனின் அப்பா படுத்த படுக்கையாய் இருப்பதைப் பார்த்த செங்கோடனின் கண்கள் கலங்கியது. அவர் நேராய் சென்று படுக்கையில் அமர்ந்து தனது அப்பாவின் கையைப் பிடித்துக் கொண்டு அழுதார்.

செங்கோடன் அழும் சத்தம் கேட்ட அவரது அப்பா கண்களை மெல்ல திறந்து செங்கோடனைச் சற்று நேரம் உற்றுக் கவனித்த பிறகு, தளர்ந்த குரலில், "ஐயா, செங்-கோடா, இப்ப தான் வீட்டுக்கு வர உனக்கு வழி தெரிஞ்சு-தாயா!" என்று கேட்டார்.

"அப்படி எல்லாம் இல்லப்பா, நீங்க நல்லா இருக்கீங்-கல்ல," என்று பதிலுக்குக் கேட்டார் செங்கோடன்.

"என்னய்யா பன்றது, வயசாயிடிச்சி, என்னமோ, அந்த கடவுள் என்ன கூப்டா போக வேண்டியது தான்," என்று விரக்தியுடன் பதில் சொன்னார் செங்கோடனின் அப்பா.

"அப்படி எல்லாம் சொல்லாதீங்கப்பா, உங்களுக்கு ஒன்னும் ஆகாது," என்று ஆறுதலாகப் பேசினார் செங்-கோடன்.

"என்னமோயா, அதான் நீ வந்துட்டல்ல. எனக்கென்ன ஆகப்போவுது, நான் சீக்கிரமாவே எழுந்து உட்கார்ந்தி-டுவேன்," என்றார் செங்கோடனின் அப்பா புது தெம்புடன்.

"மணிமுத்து, பூங்குழலி, செண்பகவள்ளி, இங்க வாங்க," என்று தனது குடும்பத்தாரை எல்லாம் கூப்பிட்-டார் செங்கோடன்.

எல்லோரும் செங்கோடன் அருகில் வந்து நின்றார்கள். பூங்குழலியும் மணிமுத்துவும் ஒருவர் கையை மற்றவர் பிடித்தபடி படுத்திருந்த செங்கோடனின் அப்பாவையும் ஒருவர் முகத்தை ஒருவரும் பார்த்தபடி நின்றனர்.

"மாமா, கவலப்படாதீங்க, நீங்க சீக்கிரமாவே குணமா-யிடுவீங்க," என்று ஆறுதலாகச் செங்கோடனின் அப்பா-விடம் பேசினாள் செண்பகவள்ளி.

"அப்பா, இவ தான் உங்க மருமக செண்பகவள்ளி," என்று தனது மனைவியை அப்பாவுக்கு அறிமுகம் செய்து வைத்தார் செங்கோடன்.

"நல்லா இரும்மா," என்று தளர்ந்த குரலில் தனது மருமகளை வாழ்த்தினார் செங்கோடனின் அப்பா.

"இவன் மணிமுத்து, முத்தவன், இவ பூங்குழலி இளையவ," என்று தனது குழந்தைகளை அறிமுகம் செய்தார் செங்கோடன்.

தனது பேரக்குழந்தைகளைக் கைக்காட்டி அருகில் அழைத்தார் செங்கோடனின் அப்பா. அவர் சைகை காட்-டியதும் தயங்கி நின்ற தனது குழந்தைகளைத் தனது அப்பாவின் அருகில் போகும்படி செங்கோடன் அவர்-களை முன்னே தள்ளினார்.

அவர்கள் இருவரும் தாத்தாவின் அருகில் வந்து நின்றவுடன், அவர்கள் இருவரின் தலையிலும் தனது கையை வைத்து, "நீங்க 100 வருஷம் நல்லா வாழ்ந்து பெரிய மனுஷங்களா வரணும், செல்லங்களா. இந்த

தாத்தாவோட ஆசீர்வாதம் உங்ககூட எப்பவுமே இருக்கும்," என்று தனது பேரப்பிள்ளைகளை வாழ்த்தினார் செங்கோடனின் அப்பா.

பின்னர், சற்று நேரம் நலம்புலம் விசாரித்துப் பேசியதும் செங்கோடனின் அம்மா வந்து, "சரி, சாமி, அப்பா கொஞ்ச நேரம் ஓய்வெடுக்கட்டும், நீங்க வாங்க உங்க ரூமுக்குக் கூட்டிட்டுப் போறேன்," என்று கூறினார்.

பின்னர், செங்கோடனின் அம்மா அவர்களுக்குரிய அறையைக் காட்ட செங்கோடன் அவரது மனைவி பிள்-ளைகள் எல்லாம் அங்கே சென்று பெட்டி படுக்கைகளை வைத்துவிட்டு அவரவர் முகம் கை கால் கழுவி புத்து-ணர்ச்சி பெற்றனர்.

பின்னர், செங்கோடனின் அம்மா வந்து, "சாமி, வாய்யா எல்லாருக்கும் டிபன் செஞ்சிருக்கேன்," என்றார்.

எல்லோரும் சென்று ஒன்றாக அமர்ந்தனர். பின்னர், செங்கோடனின் அம்மா தோசை, இட்லி, சாம்பார், சட்டினி என்று எல்லாம் கொண்டு வந்து வைக்க செண்பகவள்ளி தன் பங்குக்கு அவற்றை பரிமாற ஆரம்பித்தாள். இப்படியே காலை நேர உணவை நல்லபடியாக எல்லோரும் உண்டு களித்தப் பின்னர் வீட்டின் நடுக்கூடத்தில் அமர்ந்தபடி பேசிக் கொண்டிருந்-தனர்.

அப்போது, வீட்டின் கதவு தட்டப்படும் சத்தம் கேட்டது. செங்கோடனின் அம்மா சென்று கதவைத் திறந்தவுடன், "அட, வாம்மா இராசாத்தி. உங்க அண்ணனும் காலைல தான் வந்தான்," என்றார்.

வந்திருப்பது செங்கோடனின் தங்கை இராசாத்தி. செங்கோடன் இல்லாத போது அப்பாவுக்கும் அம்மா- வுக்கும் இவள் தான் உதவியாக இருந்து வந்தாள்.

அவள் உள்ளே வரும்போது அவளுடன் ஒரு ஏழு வயது சிறுமியும் இருந்தாள். அது அவளது மகள்.

"அண்ணே, இப்பதான் உனக்கு எங்களை எல்லாம் பாக்கணும்னு தோனுச்சாண்ணே," என்று கண்ணீர் மல்க கேட்டாள் இராசாத்தி.

தங்கையைப் பார்த்த செங்கோடன் எழுந்து வந்து அவள் கைகளைப் பிடித்துக் கொண்டு, "அம்மா, இராசாத்தி, நான் என்னமோ வெளியில இருந்தாலும் என்னோட நினைப்பெல்லாம் உங்கள பத்திதாம்மா இருந்தது," என்று செங்கோடனும் தன் பங்குக்குத் தனது ஈரத்தை வெளிப்படுத்தினார்.

அருகிலிருந்த சிறுமியைப் பார்த்து, "யாரு இது, என்- னோட மருமகளா?" என்று கேட்டார் செங்கோடன்.

"ஆமா, அண்ணே, பேரு காயத்திரி," என்றாள் பதிலுக்கு.

"அட என் மருமகளே, வாம்மா மாமாகிட்ட," என்று அவளைத் தூக்கிக் கொஞ்சினார் செங்கோடன்.

பின்னர், செங்கோடன் தனது மனைவி பிள்ளைகளை எல்லாம் தனது தங்கைக்கு அறிமுகம் செய்து வைத்தார். அவர்களும் ஒருவருடன் ஒருவர் பேசிக் கொண்டனர்.

"சரி, உன்னோட வீட்டுக்காரர் என்ன பன்றாரு?" என்று இராசாத்தியைப் பார்த்துச் செங்கோடன் கேட்டார்.

"அவரு பட்டாளத்துல இருக்காரு. இப்ப அவருக்கு அஸ்ஸாம்ல டியூட்டி போட்டிருக்காங்க. அவரு வீட்டுக்கு வர இன்னும் மூனு மாசம் ஆகும்," என்றாள் இராசாத்தி.

"நான் இங்க பக்கத்துல நாலு தெரு தள்ளி தான் இருக்கேன். ஒருத்தருக்கு ஒருத்தர் ஒத்தாசையாவும் இருக்கு," என்று இராசாத்தி கூறினாள்.

இப்படி வெகு நேரம் பேசிய பின்னர், "என்னோட நண்பன் ஒருத்தன் பக்கத்துல இருக்கான், நான் அவனப் போய் பார்த்துட்டு வரேன்," என்றார் செங்கோடன் தனது அம்மாவிடம்.

"சரிப்பா, ஆனா, சாப்பாட்டுக்கு முன்னாடி வீட்டுக்கு வந்துடு," என்றார் தாய்ப்பாசம் மாறாமல்.

"சரிம்மா," என்றார் செங்கோடன்.

ஒரு நான்கு மணி அளவில் திருவல்லிக்கேணி மார்க்-கெட்டில் இருக்கும் தனது நண்பன் ரமேஷின் வீட்டிற்குச் சென்று அவனது வீட்டு வாசலில் நின்று காலிங்பெல் அடித்தார் செங்கோடன்.

வீட்டிலிருந்து ஒரு 35 வயது மதிக்கத்தக்க பெண் கதவைத் திறந்தார். கதவைத் திறந்த அவர், "நீங்க..." என்று கேக்க, பதிலுக்குச் செங்கோடன், "நான் ரமே-ஷோட நண்பன். என்னோட பேரு செங்கோடன்," என்று பதிலளித்தார்.

"உள்ள வாங்க," என்று அந்தப் பெண் அவரை கூட்டிச் சென்று வீட்டின் உள்முற்றத்தில் அமர வைத்-தாள்.

"என்ன சாப்பிடறீங்க, டீ இல்ல காபி," என்று அவள் செங்கோடனைக் கேட்டாள்.

"இல்ல, பரவாயில்ல, எதுவும் வேண்டாம்," என்றார் செங்கோடன்.

"இருங்க நான் அவர கூட்டிட்டு வரேன்," என்று அவள் உள்ளே போனாள்.

சற்று நேரத்தில் அங்கே வந்த ரமேஷ் செங்கோ-டனைப் பார்த்து, "அட, செங்கோடா! என்ன ஒரு ஆச்சர்யம்! எப்ப மெட்ராஸுக்கு வந்த?" என்று கேட்டான்.

ரமேஷைப் பார்த்த செங்கோடன் எழுந்து வந்து அவன் கைகளைப் பிடித்துக் கொண்டு, "நண்பா, ரமேஷ், உன்ன பார்த்து எத்தன வருஷம் ஆகுதுடா," என்று கண்ணீர் மல்க கூறினார்.

"என்னடா, எங்கள எல்லாம் மறந்துட்டு ஊரவிட்டு போனது நீ தான். இப்ப என்னடானா, என்னமோ நான் ஊரவிட்டுப் போனா மாதிரி பேசுற," என்று பதிலுக்குக் கேட்டான் ரமேஷ்.

பின்னர், இருவரும் வந்து சோஃபாவில் அமர்ந்தனர்.

"சரி, சொல்லு, செங்கோடா. இப்ப என்ன பன்ற? எந்த ஊர்ல இருக்குற?" என்று கேட்டான் ரமேஷ்.

"நான் இப்ப நீலகிரி மாவட்டத்துல சந்தோஷவன கிராமத்துல அரசாங்க உயர் பள்ளிகூட தலைமை ஆசிரியரா இருக்கேன். போதுமான அளவு சம்பளம், அழகான குடும்பம், எல்லாத்துக்கும் மேல என்னோட மனசுக்குப் பிடிச்ச கிராம சூழ்நில, இப்படி எல்லா வசதியும் அங்க அளவுக்கு அதிகமாவே கிடைக்குது, ரமேஷ்," என்று பதிலுரைத்தார் செங்கோடன்.

"எப்படியோ, நீ நினைச்ச மாதிரியே ஒரு அழகான இயற்கை சூழல் இருக்கிற கிராமத்துல உனக்குனு ஒரு

இடத்த பிடிச்சிட்ட," என்று செங்கோடனின் நிலையை நினைத்து மனம் மகிழ்ந்தான் ரமேஷ்.

"இந்தாங்க, காபி எடுத்துக்கோங்க," என்று அவர்களின் பேச்சுக்கு இடையே குறுக்கிட்டாள் ரமேஷின் மனைவி.

கைகளில் காபி டம்பளர்களுடன் வந்த அவளிடமிருந்து காபியை எடுத்துக் கொண்டனர் இருவரும். செங்கோடன் அவளுக்கு நன்றி சொல்லிவிட்டுக் காபியைக் குடித்தார்.

"பலே, பலே, காபி ரொம்பவே பிரமாதமா இருக்கு!" என்று தனது பாராட்டினை ரமேஷின் மனைவிக்குத் தெரிவித்தார் செங்கோடன்.

"நன்றிங்க," என்றபடி கையில் தட்டை பிடித்துக்கொண்டு ஓரமாக நின்றிருந்தாள் ரமேஷின் மனைவி.

காபியைக் குடித்து முடித்ததும் டம்ளர்களை வாங்கிக்கொண்டு ரமேஷின் மனைவி சமையலறைக்குள் சென்றாள்.

"என்னடா, ரமேஷ், நீ எதிர்பார்த்த மாதிரியே நல்லா சமைக்கிற ஒரு பொண்ண பாத்துக் கல்யாணம் பன்னிக்கிட்ட போல இருக்கு," என்று கேட்டார் செங்கோடன்.

"எங்கடா, கல்யாணம் ஆன புதுசுல அவளோட சமையல வாய்ல வைக்க முடியாது. ஆனா, கிட்டதட்ட 5 வருஷம் கஷ்டப்பட்டு அவளுக்கு நல்லா ஊக்கம் தந்து, முடிஞ்ச வரைக்கும் நானே ஒருசில உணவ சமைக்க சொல்லி கொடுத்து இப்ப இந்த அளவுக்கு முன்னேறி இருக்கா," என்று அலுப்புடன் தன் அனுபவத்தைக் கூறி முடித்தான் ரமேஷ்.

"பலே, ரமேஷ், அப்ப நீ ஒரு நல்ல டிரைனர்னு சொல்லு," என்று அவனை ஊக்கப்படுத்தினார் செங்-கோடன்.

"அப்படி எல்லாம் இல்லடா," என்று தன் பங்குக்குப் பவ்யத்தை வெளிப்படுத்தினான் ரமேஷ்.

"சரி, செங்கோடா, நீ எதுக்கு ஊரவிட்டுச் சொல்லிக்-காம போன? அப்படி என்ன தான் நடந்தது. பலதடவ கேட்டும் உங்க வீட்டுல இருந்து எந்த பதிலும் எனக்குக் கிடைக்கல," என்று சொன்னான் ரமேஷ்.

"என்னோட மனைவிய தவிர இதப்பத்தி இதுவரைக்-கும் நான் யார் கிட்டேயும் சொன்னதில்ல. இப்பதான் முதல் தடவையா நீ கேட்குற," என்று கூறிய செங்கோடன் தொடர்ந்து, "சரி, நான் சொல்றேன்," என்றார்.

"சொல்லுடா, அந்த விஷயம் இந்த 15 வருஷமா என்-னோட மூளைய போட்டு கொடஞ்சி எடுக்குது," என்று தன் ஆர்வத்தை வெளிப்படுத்தினான் ரமேஷ்.

"அப்ப நான் எம்.எஸ்.ஸி., லிட்ரேச்சர் முடிச்சு காலே-ஜிலேயே முதல் மாணவனா பட்டம் வாங்கியிருந்தேன்," என்று செங்கோடன் சொல்ல, "ஆமா, தெரிஞ்சது தான்," என்று ரமேஷ் பதில் சொல்ல செங்கோடன் தொடர்ந்து பேசினார்,

"அப்பாவும் அம்மாவும் என்னோட பட்டத்தையும் பதக்கத்தையும் பார்த்துச் சந்தோஷப்பட்டாங்க. அது எனக்கு ரொம்பவே பெருமையா இருந்தது.

அடுத்த நாள் அப்பா என்ன கூப்பிட்டுச் சொன்னார்: செங்கோடா நீ படிச்சி பட்டம் வாங்கி என்னோட கௌர-

வத்தையும் நம்ம குடும்ப பெருமையையும் காப்பாத்திட்ட. எனக்கு ரொம்ப சந்தோஷம்.

அதுக்கு நான்: இது என்னோட கடமப்பா அப்படின்னு பதில் சொன்னேன்.

அப்பா பதிலுக்கு: சரிப்பா, என்னோட நண்பர் ஒருத்தரு இரயில்வேல ஒரு பெரிய உத்யோகத்துல இருக்காரு. நாளைக்கு நீ அவர போய் பாரு. அவரு உனக்காகத் தன்னோட மேலதிகாரிங்க கிட்ட பேசி ஒரு நல்ல வேலைய ஏற்பாடு பன்னியிருக்கிறதா சொன்னாரு.

அதுக்கு நான்: அப்பா, எதுக்குப்பா என்ன கேட்காம இப்படி ஒரு காரியத்துக்கு ஒத்துக்கிட்டீங்கன்னு கேட்டேன்.

அப்பா பதிலுக்கு: தம்பி உன்னோட எதிர்காலம் நல்லா இருக்கனும் அப்படின்னு தான்பா நான் இப்படி ஒரு ஏற்பாட்ட செஞ்சேன்னு சொன்னாரு.

அதுக்கு நான்: இல்லப்பா, நீங்க என்னோட விருப்பம் என்ன, எனக்குனு ஏதாவது கனவு இருக்கா அப்படினு ஒரு வார்த்தை என்ன கேட்டிருக்கனும்னு சொன்னேன்.

அப்பா பதிலுக்கு: ஐயா, இதுவரைக்கு நான் உன்ன கேட்டு என்ன செஞ்சிருக்கேன். உனக்கு எது நல்லதுனு பட்டுதோ அத நான் செஞ்சிருக்கேனே தவிர உங்கிட்ட வந்து இது வேணுமா அது வேணுமான்னு கேட்டதே இல்லியே! அப்படின்னு சொன்னாரு.

அதுக்கு நான்: அப்பா, அப்ப எல்லாம் நான் சின்ன பையன், ஆனா இன்னைக்கு நான் வளந்து நல்லது கெட்டது எனனு தெரிஞ்சிக்கிற அளவுக்கு இருக்கேன். நான் குழந்தையா இருக்கிறப்ப எப்படி செஞ்சீங்களோ

நான் வளந்ததுக்கப்புறமோ அப்படியே செய்யனும்னு நினைச்சா எப்படிப்பா? அப்படின்னு கேட்டேன்.

அப்பா பதிலுக்கு: ஐயா, நீங்க வளந்துட்டீங்க அப்ப-டீங்கிற விஷயமே எனக்குப் புரியாம போச்சு. உங்க-ளுக்குக் குழந்தை குட்டின்னு வந்தாலும் எனக்கு நீங்க குழந்தை தான்யா அப்படின்னு சொன்னாரு.

அதுக்கு என்னால எந்த பதிலும் பேச முடியல.

அப்பா திரும்பவும்: என்னதான் ஒரு பறவை உயர உயர பறந்தாலும் அதுக்குப் பறக்க கத்துக்கொடுத்ததே அந்தத் தாய் பறவை தான் அப்படிங்கிறத எப்பவும் மறக்க கூடாதுயா, அப்படின்னு சொன்னாரு.

அதுக்கு நான்: அப்பா, வளக்கிற வரைக்கும் தான் ஒரு தாய் பறவை தன்னோட குட்டிக்குத் தேவையானத செய்-யுது. அதுவே அந்த குட்டி பறவை பறக்க தயாராயிடிச்சினு தெரிஞ்சா தாய் பறவையே அந்த குட்டி பறவைய கூட்டுல இருந்து தொரத்திவிட்டுட்டு அடுத்த தலைமுறைய உருவாக்க போயிடும். இது உங்களுக்குத் தெரியாதாப்-பானு கேட்டேன்.

இந்த வார்த்தைய கேட்டதும் அப்பாவோட மனசு ரொம்பவே காயப்பட்டுப் போச்சு. உடனே அவரு: ஐயா என்ன மன்னிச்சிடுங்க, நான் தெரியாம உங்கள இன்னும் குழந்தைன்னு நினைச்சுட்டேன். வளந்த முட்டாள் செஞ்ச இந்த விஷயத்தை மன்னிச்சுடங்கன்னு என்னோட கால்ல விழ வந்தாரு.

அதப்பாத்துக் கோவப்பட்டுப் போன என்னோட அம்மா உடனே: என்னங்க, எதுக்காகா இந்த கேடு கெட்டவன் கால்ல விழுந்து உங்க மரியாதைய கெடுத்-துக்கப்போறீங்க? அவனுக்கு வேணும்னா பறக்க

தெரிஞ்சிருக்கலாம். அதுக்காக அவனை வெளியில அனுப்பிட்டு வேற ஒரு பிள்ளைய பெத்துக்கிற அளவுக்கு நான் தரங்கெட்டு போகல, நீங்களும் அந்தளவுக்குக் கல்நெஞ்சுக்காரன் இல்ல. இது இந்தச் சாமிக்கு எப்ப புரியுமோ அப்ப நம்ம வீட்டுக்கு வந்தா போதும். ஆனா, இப்போதைக்கு இவங்க நம்ம வீட்டுல இருக்க வேணாம்னு சொன்னாங்க.

இதக்கேட்டு அதிர்ச்சி ஆன அப்பா: என்னடி இப்படி சொல்லிட்ட. வீட்ட விட்டுப் போனா, இவங்க எங்க தங்கு-வாங்க, எங்க சாப்பிடுவாங்க, இவங்களுக்கு யார் ஆதரவு, அப்படின்னு கேட்டாரு.

அதுக்கு அம்மா: எல்லாம் அவங்க வளந்துட்டாங்க, இப்ப அவங்கள விட எனக்கு உங்க கௌரவம் தாங்க முக்கியம் அப்படின்னு சொன்னாங்க.

இதக்கேட்டு அப்பாவும் எதுவும் பேசல, என்னாலேயும் எதுவும் பேச முடியல. அப்ப வீட்ட விட்டு வெளிய வந்த-வன் தான். நேரா, கொடைக்கானல் போனேன். அங்க தான் என்னோட மாமனார பார்த்தேன். அவர் தந்த ஊக்-கத்தால தான் இன்னைக்கு எனக்குப் பிடிச்ச தலைமை ஆசிரியர் வேலைல, அதுவும் என்னோட கனவுப்படியே ஒரு இயற்கை எழில் நிறைஞ்ச ஒரு ஊர்ல என்னால சேர முடிஞ்சது.''

இப்படி ஒரு நீண்ட கதையைச் செங்கோடன் கூறி முடித்ததும் ரமேஷ் பேசினான், "செங்கோடா, உங்க அம்மாவும் அப்பாவும் உண்மையாவே பெரிய மனுஷங்க தான்!''

"அது என்னமோ உண்மை தான். ஒருவேள நான் அவங்க சொன்ன மாதிரி இரயில்வேல நல்ல ஒரு அஞ்-

தஸ்த்துல வேலைக்குச் சேர்ந்திருந்தா சூட இன்னைக்கு எனக்கிருக்கிற மன நிறைவும் சந்தோஷமும் கிடைச்-சுருக்குமானு எனக்கு தெரியல," என்று தனது ஆதங்-கத்தை வெளிப்படுத்தினார் செங்கோடன்.

"ஆமா, செங்கோடா, நீ சொல்றது என்னமோ ஒரு வகையில உண்மை தான். என்னோட வாழ்க்கை சூட இன்னைக்குப் பணம் காசுன்னு நல்லா இருக்கு, ஆனா எனக்குப் பிடிச்ச அந்த வாழ்க்கைய இன்னைக்கு வரைக்கும் என்னால அமைச்சுக்க முடியல. அந்த வகையில பாக்கப்போனா நீ அதிர்ஷ்டம் செஞ்சவன் தான். நீ நினைச்ச வாழ்க்கை உனக்குக் கிடைச்சிருக்கு," என்று தனது மனதைத் திறந்தான் ரமேஷ்.

*****

இன்றைக்கும் ரமேஷைப் போன்று பலர் எதிர்காலம் என்கிற பெயரில் தங்கள் கனவுகளையும் இலட்சியங்-களையும் தொலைத்து விட்டு சுகபோகமாக வாழ்ந்தாலும் மனக்குறையுடன் தான் வாழ்ந்து கொண்டிருக்கிறார்கள். ஆனாலும் செங்கோடனைப் போன்ற சிலரோ தங்கள் இலட்சியத்திற்குத் தடையாக பெற்றோர்களே வந்தாலும் அதையும் கடந்து தாங்கள் விரும்பிய வாழ்க்கையை அமைத்துக் கொள்கிறார்கள் என்பது மனதிற்கு மகிழ்ச்சி-யளிக்கிறது.

இன்று மெட்ராஸில் வாழும் பலருக்குப் பல்வேறு சிற்-றூர்களும் கிராமங்களும் பிறந்த மண்ணாக இருக்க செங்கோடனுக்கோ பணத்தையும் இராஜ வாழ்க்கை-யையும் அளிக்கும் மெட்ராஸ் தான் பிறந்த மண்ணாகத் திகழ்கிறது. ஆனாலும் அவர் தேர்வு செய்த சந்தோஷ-வனமோ அவரது இலட்சிய வாழ்விடமாக இருக்கிறது. இப்படி தனது இலட்சிய வாழ்விடத்தைத் தேர்வு செய்யும்

ஒவ்வொருவரும் நாட்டின் நாலா திசைகளிலும் மக்கள் வாழ துணை செய்து ஒரே இடத்தில் மக்கள் அடர்த்தியாக வாழ்வதை தவிர்த்துச் சிற்றூர், கிராமம் என எங்கும் மக்கள் பரவி தங்கள் கடமைகளைச் செவ்வணே செய்து நாட்டின் சமநிலையைப் பேண உதவுகிறார்கள் என்பது ஒரு களிப்புத் தரும் செய்தியாகும்.

கல்யாண பரிசு

திருமணம் சிறக்க வாழ்த்துக்களுடன் பரிசில்
வழங்குவோர் மத்தியில் கைத்திறனைப் பரிசிலாய்
வழங்கிய விசித்திரன்!

- இரமணகுமார்

சென்னை கோடம்பாக்கத்தில் ஏறத்தாழ 40 வயது மதிக்-
கத்தக்க ஒருவர், பெயர் இரமணகுமார், வாழ்ந்து வந்து
கொண்டிருந்தார். அவர் சொல்லிக்கொள்ளும் அளவிற்கு
ஒன்றும் பெரிய பணக்காரரோ சீர்திருத்தவாதியோ சமுக
சேவகரோ அல்ல. ஆனாலும் எந்தவொரு செயலையும்
மாறுபட்ட கோணத்தில் பார்க்கக்கூடிய திறன் படைத்-
தவர். அவரது தாய், தந்தை, மனைவி உட்பட எல்லோ-
ருமே அவரது இத்தகைய ஒரு அபார திறனை மெச்சிக்-
கொண்டதுமில்லை அவரை இதுவரை அதற்கென
பாராட்டியதுமில்லை. இருந்தாலும் தனது செயலில் அவர்
துவண்டதே கிடையாது.

ஒருநாள் மாலையில் இரமணகுமார் தனது வேலை-
யில் அலுவலாய் இருந்த போது, அவருக்கு ஒரு போன்
கால் வந்தது. அந்த போன் காலை எடுத்த அவர்,
"ஹலோ, யாரு?" என்றார்.

எதிர் முனையிலிருந்து, "என்ன இரமணகுமார், என்ன தெரியலையா?" என்று பதில் வந்தது. மேலும் அது ஒரு பெண்ணின் குரல்.

"ம்ம்... சரியா தெரியலையே. யாரு பேசுறீங்க?" என்று இரமணகுமார் கேட்க, "என்ன, இரமணகுமார், நான் தான் சுசீலா அக்கா பேசுறேன். என்னோட குரலையே மறந்திட்டியா?" என்று பதிலுக்குக் கேட்டது அந்தப் பெண்ணின் குரல்.

"அட, நீ தானா, அக்கா! சொல்லு எப்படி இருக்க?" என்று இரமணகுமார் கேட்டார்.

"நான் நல்லா தான்பா இருக்கேன். சரி, தங்கச்சி கல்பனாவுக்குக் கல்யாணம் நிச்சயமாகியிருக்கு. அதான் பத்திரிக்கை எடுத்திட்டு வரலாம்னு இருக்கேன். நீ எப்ப வீட்டுல இருப்ப?" சுசீலா கேட்டாள்.

"நான் வீட்டுக்கு வரதுக்கு எப்படியும் சாயங்காலம் 7 மணி ஆயிடும்," என்று பதிலளித்தார் இரமணகுமார்.

"சரி, நான் 7 மணிக்கு மேல வீட்டுக்கு வரேன். அப்படியே, உன்னோட அட்ரஸ் எனக்குக் கொஞ்சம் மெசேஜ் அனுப்பிடு," என்று சொல்லிவிட்டுச் சுசீலா போன்காலைக் கட்செய்தாள்.

இரவு சுமார் 7:40 மணி இருக்கும். இரமணகுமாரின் செல்போன் அவரது வீட்டில் ஒலித்தது. செல்போன் ஒலிக்கும் சத்தம் கேட்ட இரமணகுமார் வந்து செல்-போனை எடுத்து, "ஹலோ," என்று பேச எதிர்முனையில் இருந்து, "ஹலோ, இரமணகுமார், நான் வீட்டுக்கிட்ட வந்துட்டேன். எப்படி மேல வரது?" என்று கேட்டாள் சுசீலா.

"கேட்டுல இருந்து அப்படியே நேரா வந்தா படிக்கட்டு இருக்கும் பாரு, அதுல ஏறி வந்தா முதல் மாடி எஃப் 1 வீடு," என்று பதில் கூறிவிட்டு இரமணகுமார் போனை கட் செய்துவிட்டு தனது மகனைக் குரல் கொடுத்தார், "டேய், பாப்பு. போய் கதவ தெற. அத்த வந்திருக்காங்க பாரு."

உடனே இரமணகுமாரின் மகன், புதல்வன், சுமார் 10 வயது இருக்கும், ஓடிச்சென்று கதவைத் திறந்து வைத்தான். சற்று நேரத்தில் சுசீலா மேலே ஏறி வீட்டிற்-குள் வந்தாள். வந்தவள் உடனே, "ஹேய், இரமணகுமார், எப்படி இருக்க!" என்று தனது சந்தோஷத்தை வெளிப்-படுத்தினாள். சுசீலா இரமணகுமாருடன் பேசியே எப்ப-டியும் 10 வருடங்கள் இருக்கும்.

"நல்லா தான் இருக்கேன். சரி, நீ எப்படி இருக்க. பசங்க எப்படி இருக்காங்க?" என்று தன் பங்குக்கு இரமணகுமார் கேட்டார்.

"ரொம்ப நல்லா இருக்கோம்." என்று பதில் கூறிய சுசீலா பக்கத்தில் நின்றிருந்த இரமணகுமாரின் மகன் புதல்வனையும், மகள் குமாரத்தியையும் பார்த்து, "ஹேய், எப்படி இருக்கீங்க. என்ன தெரியலையா, நான் தான்டா அத்த," என்று அவர்களைப் பார்த்துக் கேட்டாள். ஆனால் குழந்தைகள் அவளை முன்பின் பார்த்திராத காரணத்தால் அவளுக்கு எந்த பதிலும் கூறாமல் அவளை முறைத்து மட்டும் பார்த்தார்கள்.

"பசங்க உங்கள இதுவரைக்கும் பாத்ததில்லல, அதான் பேசமாட்டேங்குறாங்க," என்று ஒரு புது குரல் கேட்டது. சுசீலா சத்தம் வந்த பக்கம் திரும்பி பார்த்த போது, அடுப்பங்கரையிலிருந்து இரமணகுமாரின் மனைவி சுமதி வெளியே வந்தாள்.

"என்ன, சுமதி, நல்லா இருக்கியாடா?" என்று சுசீலா கேட்டாள்.

"ம்ம்... நல்லா இருக்கேன். நீங்க எப்படி இருக்கீங்க?" என்று பதிலுக்குக் கேட்டாள் சுமதி.

"போனவாட்டியவிட இப்ப நல்லா உடம்பு போட்டுட்டு இருக்கே, ம்ம்..." என்று சுசீலா சுமதியைப் பார்த்துக் கேட்க, பதிலுக்குச் சுமதி, "எங்க, டெய்லி வாக்கிங் போகனும். பசங்கள பாக்கறதுக்கே நேரம் சரியா இருக்கு," என்று சிலுத்துக் கொண்டாள்.

"நீ ஒன்னும் அந்த அளவுக்கு எல்லாம் குண்டா இல்லடா, என் தம்பிக்கு ஏத்த அளவுக்கு தான் இருக்கிற," என்று தன் பங்கு ஆதரவை வெளியிட்டாள் சுசீலா.

"என்ன பொம்பளைங்க ரெண்டு பேரும் கூட்டணி போடுறீங்களா? ஏற்கெனவே அவ வெயிட்டு போட்டுட்-டானு நான் கடுப்புல இருக்கேன். நீ என்னடானா அவ-ளுக்குச் சப்போர்ட் பண்றியா?" என்று சுமதி மீது இருந்த அதிருப்தியை வெளியட்டார் இரமணகுமார். தொடர்ந்த அவர், "இப்ப நீ கூட தான் நல்லா வெயிட் போட்டுட்ட, சரி சரி, புருஷன் ஒழுங்கா இருந்திருந்தா நீயும் கட்டுக்-கோப்பா இருந்திருப்ப. அவன் தான் எதுக்கும் பிரயோ-ஜனம் இல்லாம ஊர சுத்துறானே. அப்புறம் நீ எப்படி இருந்தா அவனுக்கு என்ன?"

"அட விடு, இரமணகுமார், எனக்கே வயசாயிடிச்சி, அதோட என் புருஷனப்பத்தி இப்ப பேசி பிரயோஜன-மில்ல," என்று அலுத்துக் கொண்டாள் சுசீலா.

"இந்தாங்க," என்று தண்ணீர் சொம்பைக் கொண்டு நீட்டினால் சுமதி. "தேங்ஸ்டா," என்றபடி தண்ணீர்

சொம்பை வாங்கி ஒரு வாய் குடித்துவிட்டுச் சொம்பை மீண்டும் சுமதியிடம் கொடுத்தாள் சுசீலா.

"இரமணகுமார், கல்பனாவோட கல்யாண பத்திரி-கையைக் கொண்டு வந்திருக்கேன்," என்று கூறிய சுசீலா-விற்கு இரமணகுமார், "எப்பாடியோ, ஒரு வழியா கல்பனாவுக்குக் கல்யாணம் ஆகப்போகுதுல்ல," என்று கேட்டார்.

"ஆமா, மாப்பளையோட தங்கச்சிக்கு இப்ப தான் கல்யாணம் முடிஞ்சுது. கையோட இவங்களோட கல்யா-ணத்தையும் பேசி முடிச்சிட்டோம். வர மார்ச் 6 ஆம் தேதி கல்யாணம்," என்று சுசீலா கூறினாள்.

"ஆமா, இப்ப கல்பனாவுக்கு என்ன வயசு," என்று கேட்டார் இரமணகுமார். "29 ஆகுது," என்றாள் சுசீலா.

"பொண்ணுங்க எல்லாம் இத்தன வயசு வரைக்கும் கல்யாணம் ஆகாம இருந்தா என்ன பண்றது?" என்று கேட்டார் இரமணகுமார்.

"எங்க, அவதான் அவனை லவ் பன்றேன், அவன தான் கல்யாணம் பண்ணிப்பேனு ஒத்த கால்ல நின்னாளே," என்று பெருமூச்சுவிட்டபடி சொன்னாள் சுசீலா.

"என்னமோ, நல்லபடியா கல்யாணம் முடிஞ்சா சரி-தான்," என்றார் இரமணகுமார்.

"அடியே, சுமதி, டிபன் ரெடி ஆச்சாடி?" என்று அதிகார தொனியில் தன் மனைவியைக் கேட்டார் இரமணகுமார்.

"இட்லி தான் ஊத்தி வெச்சிருக்கேன், 5 நிமிஷத்துல ரெடியாயிடும்," என்றாள் சுமதி.

"சரி, அப்படியே ஆம்லெட் போட்டுடு," என்றார் இரமணகுமார்.

"போடுறேன்," என்றாள் சுமதி.

"நேத்து தான் சிக்கன் எடுத்திருந்தேன், அதனால இன்னைக்கு சிக்கன் எடுக்க முடியல. கல்யாணம் முடி-யட்டும் விருந்தே வெச்சிடுறேன்," என்றார் இரமணகுமார்.

"கல்யாணம் பேசி இருக்கோம்ல, நானும் கறி சாப்பிட கூடாது," என்றாள் சுசீலா பதிலுக்கு.

சற்று நேரத்தில் டிபன் ரெடி செய்து சுசீலாவிற்குப் பரிமாறினாள் சுமதி. 15 நிமிடங்கள் உபசரிப்பு முடிந்த பின்னர், சுசீலா கைகளைக் கழிவிக்கொண்டு கையில் பத்திரிகையையும் உடன் பழம் மற்றும் பூவையும் எடுத்து ஒரு தட்டில் வைத்து இரமணகுமார் மற்றும் சுமதியிடம் கொடுத்தாள்.

இரமணகுமார் பத்திரிகையை வாங்கி அதை திறந்து பார்த்து விட்டு, "ஆமா, இந்த இடம் எங்க இருக்கு," என்று கேட்க பதிலுக்குச் சுசீலா, "இது வண்டலூர் கேளம்-பாக்கம் ரோட்ல இருக்கு. பெருமாள் கோவில்," என்று கூறினாள்.

"என்ன கோவிலுக்குப் போயிட்டீங்க," என்று கேட்டார் இரமணகுமார்.

"மண்டபத்துக்கு எல்லாம் போனா பட்ஜெட் தாங்காது. அதான், சிம்பிளா கோவில்ல வெச்சிட்டோம்," என்றாள் சுசீலா.

"மாப்ள வீட்டுல 25 சவரன் கேட்டாங்க. ஆனா, இப்போதைக்கு வெறும் 4 சவரன் மட்டும் போட்டுட்டு மிச்சத்த ஒரு மாசம் கழிச்சி போடுறதா சொல்லியிருக்-

கோம்," என்று தங்களின் இயலாமையை வெளியிட்டாள் சுசீலா.

"சரி, ஒரு மாசம் கழிச்சி எதுவும் போட முடியல அப்படின்னா என்ன பண்ணுவீங்க?" என்று கேட்டார் இரமண-குமார்.

"பாத்துக்க வேண்டியது தான்," என்றாள் சுசீலா.

"சரி, பாத்துக்கோங்க. டைவர்ஸ் ஆகாம இருந்தா சரிதான்," என்றார் இரமணகுமார்.

"இரமணகுமார், பத்திரிகை வைக்கும் போதே அப்படி சொல்லாத," என்று டென்ஷன் ஆனாள் சுசீலா.

"சரி சரி, டென்ஷன் ஆகாத. சக்திக்கு மீறி எப்பவுமே எதுக்கும் கமிட்மென்ட் கொடுக்கக் கூடாது. ஏதோ எனக்குத் தெரிஞ்சத சொன்னேன்," என்றார் இரமண-குமார்.

"உங்களுக்கு எதுக்கு அதெல்லாம், அவங்க ஏதோ செய்றாங்க. முடிஞ்சா கல்யாணத்துக்குப் போங்க. இதெல்லாம் எதுக்குப் பேசுறீங்க," என்று மூக்கை நுழைத்தாள் சுமதி.

"ஏய், முடிட்டு போய் வேலைய பாருடி," என்று இரம-ணகுமார் சுமதிக்கு முற்று புள்ளி வைத்தார். "நான் எதுக்குப் பேசுறேன். அது உங்க அக்கா, நான் ஒன்னும் சொல்லல," என்று தன் வேலையைப் பார்க்க போய்-விட்டாள் சுமதி.

"சரி, கல்பனாவும் வேலைக்குப் போறா, மாப்ளையும் வேலைக்குப் போறாரு. அப்படின்னா, வீட்டுல யாரு சமைப்பாங்க?" என்று இரமணகுமார் கேட்க அதற்குச்

சுசீலா, "மாப்ளையோட அம்மா தான் சமைப்பாங்க," என்று பதிலளித்தாள்.

"அப்போ, தனி குடுத்தனம் எல்லாம் போற மாதிரி ஐடியா இல்லையா?" என்று கேட்டார் இரமணகுமார்.

"தனி குடுத்தனம் எல்லாம் போனா இப்ப இருக்கிற விலைவாசிய சமாளிக்க முடியுமா?" என்று தன் ஆதங்-கத்தை வெளிப்படுத்தினாள் சுசீலா.

"புருஷனும் பொண்டாட்டியும் தனியா இருந்து குடும்-பம் நடத்துனா தான் கல்யாண வாழ்க்கை ருசியா இருக்-கும். அதுவே அப்பா, அம்மா, தாத்தா, பாட்டினு ஒரு பெரிய பட்டாளமே கூட இருந்தா, செலவு குறையும், கையோட குடும்ப வாழ்க்கையில ருசியும் குறையும். இது தான் எனக்குத் தெரிஞ்சது. அதுக்கு மேல அவங்கவங்க இஷ்டம். நம்ம சொல்றதுக்கு என்ன இருக்கு," என்று இரமணகுமார் பதிலளித்தார்.

"எப்பா, இப்படியே நீ பேசிக்கிட்டு இருந்தா அவங்க கல்யாணமே நின்னுடும். தயவு செஞ்சி நீ பேசாம கல்யா-ணத்துக்கு மட்டும் வந்திட்டு போ," என்றாள் சுசீலா.

"நாலு நல்ல விஷயத்த சொன்னா, எப்பவுமே யாருக்-குமே பிடிக்காது. எப்படியோ போங்க. சரி, கால்யாணத்-துக்கு நல்ல கிஃப்டா வாங்கி தரேன்," என்றார் இரமண-குமார்.

"சரி, நான் கிளம்புறேம்பா," என்று எழுந்தாள் சுசீலா.

"சரி, நான் வந்து பஸ் ஸ்டாப்புல உன்ன விட்டுட்டு வரேன்," என்று இரமணகுமார் சொல்ல பதிலுக்குச் சுசீலா, "உனக்கு எதுக்குப்பா கஷ்டம், நானே நடந்து

போயிடுறேன். இங்க பக்கத்துல தானே பஸ் ஸ்டாப்பு,'' என்று கூறிவிட்டுச் சுசீலா கிளம்ப தயாரானாள்.

''சுமதிமா, நான் போயிட்டு வரேண்டா,'' என்று இரம-ணகுமாரின் மனைவியிடம் சொன்னாள் சுசீலா.

''சரி,'' என்றாள் சுமதி.

''ஹாய், குட்டீஸ், நீங்க தான் நான் வந்ததுல இருந்து எங்கிட்ட பேசவே இல்ல. என்ன, அத்தைய பார்த்தா பயமா இருக்கா?'' என்று சுசீலா கேட்க குழந்தைகள் எதுவும் பேசாமல் இரமணகுமார் பக்கத்தில் அமைதியாக நின்றிருந்தார்கள்.

''சரி, இரமணகுமார், நான் கிளம்புறேன். சுமதிமா, கிளம்புறேண்டா. குட்டீஸ், எனக்குப் பாய் சொல்லுங்க,'' என்று விடைபெற்றுக்கொண்டு சுசீலா இரவு 9 மணியள-வில் நடையைக் கட்டினாள்.

மார்ச் 6 ஆம் தேதி காலை 4:45 மணி. மொபைலில் அலாரா சத்தம் கேட்டது. சுமதி எழுந்து இரமணகுமாரை எழுப்பினாள். இரமணகுமார் எழுந்து டியூப்லைட்டைப் போட்டு தனது குழந்தைகளை எழுப்பினார்.

தொடர்ந்து, ஒருவர் பின் ஒருவராகத் தயாராகி காலை சுமார் 5:30 மணியளவில் கல்பனாவின் முகூர்த்தத்-திற்குக் குடும்பமாகக் காரில் ஏறி புறப்பட்டனர். காலை சுமார் 6:00 மணியளவில் கார் தாம்பர பேருந்து நிலையத்திற்கு வரும் போது இரமணகுமார் காரை ஓரமாக நிறுத்தினார்.

பின்னர் இரமணகுமார் போனை எடுத்து யாருக்கோ டயல் செய்து பேசியவுடன், அவர் காரிலிருந்து வெளியே எட்டிப் பார்த்தார். அங்கே சுமார் 30 வயது மதிக்கத்தக்க

ஒரு பெண் நின்றிருந்தாள். இரமணகுமார் அவளைப் பார்த்துக் கையசைத்ததும் அவள் காரை நோக்கி வந்து காரில் ஏறிக்கொண்டாள்.

"யாரு, மாமா, இவங்க?" என்று சுமதிக் கேட்க, "சொல்றேன்," என்று பதில் கூறினார் இரமணகுமார். பின்னர் கார் அங்கிருந்து நகர்ந்தது.

மேலும் அரைமணி நேரம் கழித்து கார் குறிப்பிட்ட அந்த கோவிலின் வாசலில் வந்து நின்றது. காரிலிருந்து இறங்கிய இரமணகுமாரும் அவரது குடும்பமும் மற்றும் அந்த 30 வயது நிரம்பிய பெண்மணியும் திருமணம் நடக்கும் இடத்தை நோக்கி நடந்தனர்.

ஏதோ ஒரு காட்டிற்குள் இருப்பது போல அந்தக் கோவில் சென்னையிலிருந்து கிட்டதட்ட 45 கிலோ மீட்டர் தொலைவில் அமைந்திருந்தது. அதே முகூர்த்தத்தில் கிட்டதட்ட 4 திருமணங்கள் அந்த ஒரே கோவிலில் நடை- பெற்றது. எந்த மேடையில் திருமணம் நடக்கிறதென தெரியாமல் இரமணகுமாரும் அவரது குடும்பமும் நின்றுக் கொண்டிருக்கும் வேளையில் அங்கே சுசீலாவின் மகன் ரோஹன் வந்து,

"இரமணகுமார் மாமா," என்று குரல் கொடுத்தான்.

யார் நம்மைக் கூப்பிட்டது என்று சுற்றும் முற்றும் இரமணகுமார் பார்க்கும் போது அவர் முன்பு ரோஹன் வந்து நின்றான்.

"மாமா," என்று மீண்டும் கூப்பிட, இரமணகுமார் ரோஹனைப் பார்த்து, "என்னடா, ரோஹன், ஆளே அடையாளம் தெரியாம வளர்ந்துட்ட," என்று கேட்டார்.

"மாமா, மண்டபம் இந்த பக்கம், வங்க போலாம்," என்று இரமணகுமாரையும் அவரது குடும்பத்தையும் அழைத்துச் சென்றான் ரோஹன்.

அவனுடன் இரமணகுமாரும் அவரது குடும்பமும் அந்த 30 வயது நிரம்பிய பெண்மணியும் சென்றார்கள்.

ரோஹன் திடீரென இரமணகுமாரைப் பார்த்து, "என்ன, மாமா, ரெண்டாவது அக்காவ ரெடி பண்ணிட்டியா?" என்று கிண்டலாகக் கேட்டான்.

ரோஹன் அப்படி சொன்னதைக் கேட்ட சுமதியின் முகம் ஏழு கோணத்திற்குப் போனது.

"ஏன்டா, அப்படி கேட்குற," என்று இரமணகுமார் பதிலுக்குக் கேட்க, "இல்ல, மாமா, இந்த அக்கா யாரு. உங்க கூட வராங்க," என்று அந்த 30 வயது பெண்ணைப் பார்த்துக் கேட்டான்.

"டேய், சும்மா வாடா," என்று கூறி ரோஹனுடன் நடந்தார் இரமணகுமார்.

சற்று நேரத்தில் இரமணகுமாரும் அவரது குடும்பமும் மற்றும் அந்த 30 வயது பெண்மணியும் மேடையின் முன்பு வந்து அமர்ந்தார்கள்.

தாலி கட்டி முடிந்ததும் அனைவரும் அட்சதை போட்டு மணமக்களை வாழ்த்தினர். பின்னர், விருந்துக்குப் போவோர்கள் ஒருபுறமும் மொய்யெழுதுபவர்கள் மறு-புறமும் நடந்தனர்.

சற்று நேரம் கழித்து இரமணகுமார் மணப்பெண்-ணையும் மாப்பிள்ளையையும் நேரில் சென்று வாழ்த்தி விட்டு அந்த 30 வயது பெண்மணியைப் பார்த்து, "ஆஷா, வாம்மா," என்று அழைத்தார்.

அவர் கூப்பிட்டவுடன் அப்பெண் மணமக்கள் அருகில் வந்து நின்றாள். இரமணகுமார் மணமக்களைப் பார்த்து, "கல்பனா, உங்க கல்யாணத்துக்கு இந்த அண்ணனோட பரிசு இந்தப் பெண் தான்," என்று கூறினார்.

உடனே ஆச்சரியத்தில் உறைந்துப் போன கல்பனா, தனது இருகைகளால் வாயை பொத்திக் கொண்டு, "அண்ணா, என்ன விளையாடுறீங்களா?" என்று ஆச்ச- ரியத்துடன் கேட்டாள்.

"மாமா, என்ன விளையாடுறீங்களா?" என்று சுமதியும் தன் பங்குக்குக் கேட்டாள்.

"என்ன, மாமா, எனக்கு டெஸ்ட் ஏதாவது வைக்- றீங்களா என்ன? உங்க தங்கச்சி ஏற்கெனவே 4 வருஷம் காத்திருந்து கல்யாணம் பண்ணதுக்கு என்ன பண்ண போறானு நான் பயந்துக்கிட்டு இருக்கேன். இதுல நீங்க வேற இப்படி திடீர்னு ஒரு பொண்ண கூட்டிட்டு வந்து இவ தான் கல்யாண பரிசுனு சொல்றீங்க?" என்று மாப்- பிள்ளை தன்னுடைய பயத்தை வெளிப்படுத்தினார்.

இப்படி ஆளாளுக்கு ஒன்று பேச, இரமணகுமார் எல்- லோரையும் பார்த்து, "எல்லாம் கொஞ்சம் அமைதியா நான் சொல்றத கேட்குறீங்களா?" என்றார்.

அவர் பேச ஆரம்பித்தவுடன் எல்லோரும் அமைதியா- யினர். பின்னர் பேசிய இரமணகுமார், "இவ பேரு ஆஷா. இவ காரக்குடிபக்கம் பொறந்து வளர்ந்தவ. இவளுக்கும் இவளோட குடும்பத்துக்கும் சமையல்னா அவ்ளோ அத்- துப்படி. அதுமட்டுமில்ல, இவளோட கைப்பக்குவத்துக்கு அவங்க ஊர்ல அத்தன பேரும் அடிமைனா பாத்துக்- கோங்க.

அதான், கல்பானா, உன்னோட கல்யாணத்துக்கு இவ-
ளோட சமையல் பக்குவத்த பரிசா தரலாம்னு முடிவு
பண்ணி இங்க இவள கூட்டிட்டு வந்தேன்."

"என்னண்ணா, வழக்கம் போல என்னோட கல்யாண
பரிசையும் மாத்தி யோசிச்சீட்டீங்களா?" என்று கல்பானா
சற்று ஆசுவாசத்துடன் கேட்டாள்.

"வேற என்னமா, நீயும் வேலைக்கு போற. மாப்பிள்-
ளையும் வேலைக்குப் போறாரு. அவங்களோட அம்மா
எப்படி சமைப்பாங்கனு தெரியாது. நீயும் ரொம்ப நல்-
லாவே சமைப்பனு எனக்கு தெரியும். அதான், உங்க கல்-
யாண வாழ்க்கை மூலமா உங்க குடும்பத்தோட நாக்-
குக்கு நல்ல சுவைய சேர்க்கலாம்னு இப்படி ஒரு
முடிவெடுத்தேன்."

"சரி..." என்று கல்பானா வாயெடுக்க, "ம்ம்... ஹூம்...
எதுவும் பேசாத. நான் சொல்றத மட்டும் கேளு," என்று
இரமணகுமார் கூறிவிட்டு மீண்டும் மணமக்களைப்
பார்த்து, "கல்பானா, ஆஷா உங்க வீட்டுல வெறும் 6
மாசம் தான் சமையல் வேலை செய்வா. அதோட
அவளுக்கு நீ சம்பளம் எதுவும் தர வேண்டாம்.
மேலுக்குனு தங்க இடமும் சாப்பாடும் போட்டா போதும்.
இந்த 6 மாசத்துல அவ உனக்கு அவளோட சமையல்
பக்குவத்த சொல்லி கொடுத்திடுவா. அதுக்கப்புறம் நீயே
கேட்டாலும் அவ உங்க வீட்டுல வேலை செய்ய மாட்டா,"
என்று கூறிய இரமணகுமார் மீண்டும் தொடர்ந்தார்,

"யான் பெற்ற இன்பம் பெறுக இவ்வையகம்! இந்த
பழமொழிக்கு ஏத்த மாதிரி தான் இவளோட சமையல்
பக்குவத்தால உனக்கும் உங்க குடும்பத்துக்கும் நல்ல
ருசியான சாப்பாட்ட கொடுக்கனும்னு நினைச்சேன்.

இங்க நான் சொல்ல விரும்புறது ஒன்னு தான், நல்லா சம்பாதிங்க, குடும்பத்துக்கும் குழந்தைக்கும் சேர்த்து வைங்க, அதே மாதிரி உங்களோட சாப்பாட்டையும் நல்லா ருசிச்சி சாப்பிட்டு வாழ்க்கைய சந்தோஷமா வாழுங்க."

"அண்ணா... எங்கேயோ போயிட்டீங்க, போங்க," என்று கல்பான இரமணகுமாரை மெச்சினாள்.

"மாமா, யார் யாரோ, என்னென்ன கிஃப்டோ கொடுத்-தாங்க, ஆனா நீங்க இப்ப எங்களுக்குக் கொடுத்திருக்கிற கிஃப்ட இதுவரைக்கும் உலகத்துல எந்தவொரு ஊர்-லேயும் யாருமே கொடுத்திருக்க மாட்டாங்க," என்று மாப்பிள்ளை தன் பங்குக்கு இரமணகுமாரைப் புகழ்ந்-தார்.

இதையெல்லாம் கவனித்துக் கொண்டிருந்த ரோஹன், "மாமா, என்னோட கல்யாணத்துக்குக் கூட இதுமாதிரி ஏதாவது புதுசா கிஃப்ட் பண்ணு, மாமா," என்று கிண்ட-லாகக் கூறினான்.

"சரிடா, உங்க சித்திக்குச் சமையல்காரியோட கைப்-பக்குவத்த தான் கிஃப்டா கொடுத்தேன், ஆனா உன் கல்யாணத்துக்குப் பின்னாடி லவ் பண்றதுக்கே ஒரு பொண்ண ரெடி பண்ணி கொடுத்திடறேன்," என்று பதிலுக்குக் கிண்டலடித்தார் இரமணகுமார்.

இதைக் கேட்டதும் மணமக்களும் அருகிலிருந்த எல்லோரும் குபீரென சிரித்தனர்.

பலசாலி

பூதகணமோ மனித இனமோ, இவரில் யார் பலசாலி
என்பதை அவரது சுபாவமே வலியுறுத்தும்!

- இரமணகுமார்

விண்ணிலிருந்து மண்ணைப் பார்க்கையில் அது அழகு
நிறைந்ததும் எல்லோரும் வாழ தகுதியானதுமாகத்
தெரிந்தது. அமைதியும் அழகும் நிறைந்த அவ்விடத்தில்
திடீரென மரங்களும் செடிகளும் தன்னிலை மறந்து தரிக்-
கெட்டு ஆடத்தொடங்கின. அப்படி ஆடத்தொடங்கின சில
மரங்கள் பலமான சத்தத்துடன் முறிந்து விழுந்தன. பல
செடிகளும் கொடிகளும் இருந்த இடம் தெரியாமல்
மறைந்து போயின. இப்படி பலமணி நேரம் அந்தக்
காட்டையும் பூமியில் சில பகுதிகளையும் அலைக்கழித்-
துக் கொண்டிருந்த சூறாவளி காற்று மெல்ல மெல்ல
பவவீனமடைந்து தன்னிலையை இழக்கத் தொடங்கியது.

அமைதியும் அழகுமாகக் காட்சி தந்த அந்த இடம் தற்-
போது சின்னாபின்னமாக மாறியிருப்பது தெளிவாக
வெளிப்பட்டது. அங்கிருந்த ஏராளமான மரங்கள் தங்கள்
நிலையை எண்ணி வருத்தத்துடன் முகத்தைத் தொங்க-
விட்டிருந்தன.

அப்போது அந்தக் காட்டின் நடுவே காணப்பட்ட ஒரு
ஆலமரத்தின் விழுதுகள் பெரும் சத்தத்துடன் அழுது

புலம்பின, "ஐயோ! எங்களுக்கு இப்படி ஒரு கொடுமை நடக்கணுமா? ஐயா, பலநூறு வருஷமா கம்பீரமா நின்னு எங்கள வாழ வெச்சீங்களே, ஆனா இன்னைக்கி இப்படி மண்ணோட மண்ணா விழுந்து கிடக்கிறீங்களே! எங்க குல சாமியே சாஞ்சி போச்சே!"

"என்ன, கூட்டமா சேர்ந்து ஒருத்தர ஒருத்தர் தாங்கி நின்னா பெரிய பலசாலினு நினைப்பா?" என்று ஏலனமாகக் கேட்டது ஆலமரத்தின் அருகே வளர்ந்-திருந்த ஒரு மூங்கில்.

அதற்குப் பக்கத்திலிருந்த மற்றொரு மூங்கில், "என்ன, பலசாலி ஆலமர கூட்டமே, என்ன உங்க தாய் மரம் மண்ணோட மண்ணா சாஞ்சி போச்சா? என்னமோ நீங்க தான் பலசாலி, எங்க கூட்டத்த யாராலேயும் ஒன்னும் பண்ண முடியாதுனு பல வருஷமா பேசிக்கிட்டு இருந்தீங்க. இப்ப என்ன ஆச்சி, உங்க தாய் மரமே வேரோட சாஞ்சி போச்சே!" என்று குத்தலாகப் பேசியது.

இதைக் கேட்ட ஒரு ஆலமர விழுது, "வாய மூடு. எங்கள பத்தி என்ன தெரியும் உனக்கு! நாங்க எல்லாம் ஒரு கூட்டமா ஒருத்தர ஒருத்தர் இன்னும் தாங்கி பிடிச்சிக்-கிட்டு தான் இருக்கோம். இது மாதிரி இன்னும் நூறு சூறாவளி வந்தாலும் எங்கள அழிக்க முடியாது," என்று தங்கள் பெருமையைக் கூறியது.

அதற்கு அந்த இரண்டாவது மூங்கில் மீண்டும் நக்க-லாக, "நீங்க என்ன தான் கூட்டமா இருந்தாலும் உங்க தாய் மரத்த உங்களால காப்பாத்த முடிஞ்சுதா?" என்று கேட்டது.

அதற்கு அந்த ஆலமர விழுதால் பதிலளிக்க முடிய-
வில்லை. மேலும் அது அந்த மூங்கிலின் கேள்விக்கு
முன்பாகத் தலைகுனிந்து நின்றது.

இப்படி அந்த ஆலமர விழுதும் மூங்கிலும் பேசிக்
கொண்டிருக்கும் போதே அந்த இடத்தை இருள்
போர்வை போல சூழ்ந்து கொண்டது. மேலும், அந்த
இருளில் ஒளிரும் மதியாளும் (நிலவும்) தோன்றி-
யிருந்தாள்.

விண்ணில் தோன்றிய அந்த அழகு நிறைந்த மதியாள்
மூங்கிலும் ஆலமர விழுதும் பேசிக்கொண்டிருந்தவற்றை
எல்லாம் கேட்டுக்கொண்டு தான் இருந்தாள்.

அப்படி அவைகள் பேசியதைக் கேட்ட மதியாளின்
மனதில் ஒரு சந்தேகம் எழுந்தது. அவள் தனது மனதில்,
"இப்படி இந்த அடர்ந்த இரவை அற்புதமான ஒளியுடன்
மெருகேற்றும் நான் தான் இந்த பூமியிலேயே மிகவும்
சக்தி வாய்ந்தவள். என்னை மிஞ்ச இந்த பூமியிலேயே
யாருமில்லை," என்று கர்வத்துடன் எண்ணிக்
கொண்டாள்.

இப்படி மதியாள் நினைப்பதைத் தனது சக்தியால்
உணர்ந்த ஆதவன் (சூரியன்) கொதித்தெழுந்து மதியா-
ளின் எண்ணத்தைத் தவிடுபொடியாக்க வேண்டும் என்று
தனது மனதில் நினைத்தபடி, "என்ன மதியாளே, சௌக்-
கியமா!" என்று கர்ஜிக்கும் குரலில் கேட்டான்.

இப்படி ஆதவன் தனக்கு முன் கர்ஜனையுடன் வந்-
ததைப் பார்த்த மதியாளின் முகத்தில் பயம் எள்ளளவும்
தென்படவில்லை. அதற்குப் பதிலாக அவள், "ஆதவனே
வந்து என்னைச் சௌக்கியமா என்று கேட்குமளவிற்கு

இந்த மதியாள் என்ன மாயம் செய்தாள்?" என்று தனது கர்வத்தை வெளிக்காட்டினாள்.

"என்ன, நீ மனதில் நினைப்பதை தெரிந்து கொள்ளக்கூட முடியாத அளவிற்கு எனது சக்திகள் மங்கிவிட்டதென நினைக்கிறாயா?" என்று ஆதவன் தனது திமிரை மதியாளுக்கு வெளிப்படுத்தினான்.

"ஒ! ஆதவனாருக்கு மற்றவர்கள் மனதில் நினைப்-பதை தெரிந்து கொள்ளும் சக்தி இருப்பதை நான் மறந்து தான் போய்விட்டேன்!" என்று கிண்டலாகவும் கர்வத்து-டனும் பதிலுரைத்தாள் மதியாள்.

ஒளிப்பிழம்பைக் கக்கியபடியே ஆதவன், "ஆ... மதியாளே, என்ன, என்னை சீண்டி பார்க்கலாம் என்று நினைக்கிறாயா?" என்று கோபத்தின் உச்சிக்கே சென்-றான்.

இதைக் கேட்ட மதியாள் தனது நிலையில் எந்தவித மாற்றமும் இல்லாமல், "சரி சரி, ஆதவனாரே, கோபம் கொள்ளாதீர். நான் உங்களை இகழவில்லை, ஆனாலும் நான் ஒன்று சொல்கிறேன். கேட்பீரா?" என்று நயமாகப் பேசினாள்.

"சொல், கேட்போம்," என்று தனது திமிரில் எவ்வித மாற்றமுமில்லாமல் பதிலளித்தான் ஆதவன்.

"பூமியைச் சூழும் அடர் இருட்டை வெளிச்சமாக்கி இரவெனும் மாயையை என் இன்னொளியால் மறைத்து நட்சத்திரங்கள் எனும் எனது படைக் கொண்டு இரவை அலங்கரிக்கும் நான் தான் இந்த பூமியிலேயே மிகுந்த சக்தி வாய்ந்தவள்! இதை ஒப்புக்கொள்கிறீரா?" என்று அடக்கமாகக் கேட்டாள் மதியாள்.

மதியாள் பேசி முடித்தும் எவ்வித பதிலும் பேசாமல் ஆதவன் அமைதி காத்தான்.

"என்ன, ஆதவனாரே, மௌனத்தைச் சம்மதம் என்று எடுத்துக் கொள்ளவா?" என்று அடக்கத்துடனும் கிண்ட-லாகவும் கேட்டாள் மதியாள்.

"ஆ... ஆ... ஆ... ஆ... ஆ..." என்று பலமாகச் சிரித்தான் ஆதவன்.

"இதென்ன புதுமையாக இருக்கிறது? ஒன்று நான் சொன்னதற்குச் சம்மதம் என்று சொல்லுங்கள், இல்லை-யேல் சம்மதமில்லை என்று சொல்லுங்கள். அதை-விடுத்து இப்படி சிரிப்பதில் என்ன அர்த்தம்?" என்று மதியாள் ஒன்றும் புரியாதவளாகக் கேட்டாள்.

மீண்டும் ஒரு கனம் சிரித்து விட்டு ஆதவன், "என்ன மதியாளே, உன்னைப் புத்திசாலி என்று அல்லவா நினைத்தேன். ஆனால், நீயோ இப்படி ஒரு அடி முட்டா-ளாக இருக்கிறாயே?" என்று கேட்டான்.

"என்ன, ஆதவனாரே, நான் உமக்கு மரியாதைச் செலுத்துவதால் என்னை ஏலனமாகப் பேசலாம் என நினைத்துவிட்டீரோ?" என்று சினத்துடன் பதிலுக்குக் கேட்டாள் மதியாள்.

"நீ ஒரு சிறு பிள்ளை என்பதை இப்போது நிருபித்து-விட்டாய், மதியாளே," என்று பதிலுரைத்தான் ஆதவன்.

"எப்படி சொல்கிறீர்?" என்று சற்றும் கோபம் மாறாத-வளாகக் கேட்டாள் மதியாள்.

"இன்று என்ன விசேஷதினம் என்று உனக்குத் தெரி-யுமா?" என்று கேட்டான் ஆதவன்.

"ம்ம்... அறிவேன். இன்று பௌர்ணமி தினம்," என்று பதிலுரைத்தாள் மதியாள்.

"சரி, இன்றிலிருந்து 15 வது நாள் நீ என்ன நிலையில் இருப்பாய்?" என்று கம்பீரத்துடன் கேட்டான் ஆதவன்.

இப்போது மதியாளின் முகத்தில் சற்றே தொய்வு காணப்பட்டது. மேலும் அவள், "நான் தேய்ந்து மறைந்து போயிருப்போன்," என்று சோர்வுடன் பதிலளித்தாள்.

இப்போது ஆதவன் ஆரவாரத்துடன் கேட்டான், "சரி, உனக்கு ஒளி எங்கிருந்து வருகிறது. உன்னைப் பிரகா-சிக்கப்பன்னுகிறவன் யார்?"

"அது... அது... தாங்கள் தான் என்னைப் பிரகாசிக்-கப்பன்னுகிறவர். ஆனாலும் நான் இல்லையெனில் தங்-கள் ஒளியை இரவில் யார் பிரதிபலிப்பது? பதில் சொல்ல முடியுமா உங்களால்?" என்று மீண்டும் மதியாள் ஆணவமாய்க் கேட்டாள்.

இதைக் கண்டு கொதித்தெழுந்த ஆதவன் தனது அளப்பறிய ஒளிப்பிழம்பை வீசித்தெறிக்க மதியாளும் அவளது நட்சத்திர படைகளும் இருந்த இடம் தெரியாமல் ஆதவனின் ஒளியில் மறைந்தனர். ஆம் இரவு மறைந்து விடியல் வந்துவிட்டது.

எல்லோரிலும் தானே சக்தி வாய்ந்தவள் என்று எண்-ணித்திரிந்த மதியாள் ஆதவனின் ஒளியில் மறைந்து ஆதவன் முன் அவள் ஒன்றுமில்லை என்கிற நிலை தோன்றி ஆதவனே அவளிலும் சக்தி வாய்ந்தவன் என்பது நிரூபனமானது.

இப்படி வெற்றியின் களிப்பில் செருக்குடன் தலையை நிமிர்த்தி ஆதவன் வளம்வரத் தொடங்கினான்.

தனது வெற்றியைப் பறைசாற்றும் விதமாக ஆதவன் பூமியில் வெப்பத்தை இருமடங்காக உமிழ்ந்தான். அந்த வெப்பம் தாளாமல் பூமியில் காணப்பட்ட புல் பூண்டு எல்லாம் காய்ந்துப்போக தொடங்கின. பூமியில் வெப்பம் நரகமென அதிகரித்தது. இச்சூழ்நிலை இப்படியே சில நாட்கள் தொடர, ஆதவனுக்குத் தக்க பாடம் புகட்ட வேண்டுமென வான்மேகம் (மேகம்) முடிவெடுத்தான்.

ஆதவனின் கர்வம் தலைக்கேறி அவன் பூமி நெடுகி-லும் தன் வெப்பத்தைக் கக்கி அதைச் சுட்டெரித்தான். இப்படி அவன் தனது கர்வத்தைச் சுமந்தபடியே செருக்-குடன் உலா வரும் வேலையில் ஒரு குரல் கேட்டது,

"என்ன, ஆதவா, உன் கர்வத்திற்கு எல்லையில்-லையோ? என்ன, உன் வெப்பத்தால் இந்தப் பூமியையே அழித்துவிடுவாயோ?"

"யாரடா நீ, சிறுபிள்ளையே, ஓரம் போய்விடு. இல்லை-யேல் என் கோபத்தால் நீ அழிந்து விடுவாய்!" என கர்ஜித்தான் ஆதவன்.

"போதும், உன் கர்ஜனைக்கும், செருக்கிற்கும் முடிவு கட்டவே நான் இங்கு வந்துள்ளேன்," என்று கம்பீரத்துடன் பதிலளித்தான் வான்மேகம்.

"என்னது, என்னை நிறுத்தப் போகிறாயா?" என்று கூறியபடியே ஆச்சரியத்துடன் வான்மேகத்தைப் பார்த்-தான் ஆதவன்.

"ஐயயோ, ஆதவனை நிறுத்தினால், அது அகிலத்-தையே அழித்துவிடுமே! அந்தத் தவறை நான் செய்ய-மாட்டேன்," என்று பக்குவத்துடன் பதிலளித்தான் வான்-மேகம்.

"பின்னே, எனது செருக்கை உன்னால் எப்படி ஒழிக்க முடியும்?" என்று மீண்டும் கர்ஜித்தான் ஆதவன்.

"ஆதவனே, நீயும் உன் ஆற்றலும் அபாரம் தான். ஆனால் அபாரமான உன் ஆற்றலை நீ வாழ்விற்கு அல்ல அழிவிற்கே தற்போது பயன்படுத்தி வருகிறாய். அது தான் நீ செய்யும் தவறு. இதை நீ உணர்ந்து கொள்," என்றான் வான்மேகம்.

"என்னைப் போன்ற சக்தி வாய்ந்தவன் எதை செய்-தாலும் அதை யாராலும் தடுக்க முடியாது. அது ஆக்க-மாக இருந்தாலும் சரி, அழிவாக இருந்தாலும் சரி," என்று மீண்டும் கர்ஜித்தான் ஆதவன்.

ஆதவன் இப்படி ஆணவத்துடன் பேசுவதைப் பார்த்த வான்மேகம் சினங்கொண்டு தனது தேகத்தை அளப்-பறிய விதமாகப் பெருக்கினான். அவனது தேகம் வளர்ந்து மகா பெரிய உருவமாக மாறியது. வளர்ந்து பெருகிய அவன் தேகம் கிட்டதட்ட பூமியின் மீது ஒரு போர்வையாகப் படர்ந்து ஆதவனின் வெப்பத்தை வானிலேயே தடுத்து நிறுத்தியது.

ஆதவன் என்ன முயன்றும் எத்தனை மடங்கு வெப்பத்தை வெளிப்படுத்தியும் அவனால் வான்மே-கத்தை தாண்டி தனது ஒளிப்பிழம்பைப் பூமிக்கு அனுப்ப முடியவில்லை.

இதைப் பார்த்த ஆதவன் வெட்கி நாணி தலை குனிந்து வான்மேகத்தின் முன் தனது தோல்வியை ஒப்புக் கொண்டு பின் வாங்கிச் சென்றான்.

அப்போது ஆதவனின் கர்வம் மெல்ல மெல்ல வான்-மேகத்தைப் பற்றிக்கொள்ள ஆரம்பித்தது. அவன் உரு-மாற்றி பெருக்கிய தனது தேகத்தைக் குறைத்துக் கொள்-

ளாமல் தனது வெற்றியைப் பறைசாற்ற அப்படியே வளம்வர தொடங்கினான்.

மேலும் அவன் தனது மனதில், "இனி இந்தப் பூமியில் என்னைவிட சக்தி வாய்ந்தவன் யாருமில்லை," என்று கர்வத்துடன் நினைத்துக் கொண்டான்.

அப்போது வெப்பத்தால் வந்தப் பாதகத்தைப் பார்க்-கிலும் கொடிதென, வான்மேகத்தின் செயலால் பூமியின் மீது ஆதவனின் ஒளியும் ஆற்றலும் இன்றி மரங்களும் ஜீவராசிகளும் உணவு உற்பத்தி செய்ய முடியாமல் தவித்தன.

என்னதான் ஆதவன் செருக்கினால் வெப்பத்தைக் கூட்டியிருந்தாலும் உணவு தட்டுப்பாடு அப்போது பூமி-யில் இல்லை. ஆனால், வான்மேகம் பூமியைத் தனது தேகத்தால் மறைத்து வெகுநாட்கள் அப்படியே இருந்த காரணத்தினால், ஆதவனின் ஒளியின்றி பூமியில் தாவ-ரங்களால் உணவு உற்பத்தி செய்ய முடியாமல் போனது. அதன் விளைவாக மற்ற ஜீவராசிகளுக்கும் தாவரத்-தினால் கிடைக்கக்கூடிய உணவு கிடைக்காமல் போனது.

இது பூமியின் மீது மேலும் ஒரு பாதகத்தை ஏற்படுத்-தியது. இப்படியே நாட்கள் செல்ல செல்ல பூமியில் ஜீவ-ராசிகளின் வாழ்க்கை கசப்பானதாக மாறத்துவங்கியது.

இதைப் பார்த்து வெகுண்ட மலைத்தொடர் வான்மே-கத்திற்கு எப்படியும் பாடம் புகட்டியே தீர வேண்டுமென முடிவெடுத்தான்.

அதனால் அவன் வான்மேகம் வரும் வழியில் பெரிய மலைத்தொடர் ஒன்றை உருவாக்கினான். அது விண்-ணை முட்டும் அளவிற்கு உயரம் மிகுந்ததாக இருந்தது.

மேலும் அது பல்லாயிரம் மைல்கள் தூரத்திற்கு நீளம் கொண்டதாகவும் இருந்தது.

இப்படி வான்மேகம் வரும் வழியை அடைத்தபடி நிமிர்ந்தும் உயர்ந்தும் நின்ற மலைத்தொடர் தன் மனதில் நினைத்தான், "இனி அந்த வான்மேகம் என்னைத் தாண்டி எப்படி செல்வான் என்பதை நானும் பார்க்-கிறேன்!" என்று.

இப்படி கர்வமான நினைவுடன் நின்றிருந்த மலைத்-தொடரை அடைந்தான் வான்மேகம். அவன் போகும் வழியை மலைத்தொடர் அடைத்திருந்ததால் வான்மே-கத்தின் சினம் தலைக்கேறியது.

"அடேய், மலைத்தொடரே! என்ன, ஆதவனையே வெற்றிக்கொண்டு சக்தி வாய்ந்தவனாக வளம் வரும் என்னைத் தடுத்து நிறுத்தலாம் என பார்க்கிறாயா?" என்று உரத்த சத்தத்துடன் கேட்டான் வான்மேகம்.

"என்ன, வான்மேகமே, ஆதவனை வென்றுவிட்டால் நீ அகிலத்தையே வென்றதாக நினைக்கிறாயோ?" என்று உயர்ந்து நிற்கும் மலைத்தொடர் கேட்டான்.

"இவ்வுலகில் ஆதவனின் சக்திக்கும் ஆற்றலுக்கும் ஈடில்லை என்பது உனக்குத் தெரியாதா?" என்று பதிலுக்குக் கேட்டான் வான்மேகம்.

"இல்லை தான். ஆனாலும் ஈடு இணையற்ற ஆத-வனை வென்றுவிட்டால் நீ சக்தி வாய்ந்தவன் என்று ஆகாது," என்று திமிருடன் பதிலளித்தான் மலைத்-தொடர்.

"ஏனில்லை! நான் சக்தி வாய்ந்தவன் என்பதை இப்-போதே உன்னிடம் நிரூபித்துக் காட்டுகிறேன்!" என்று உரத்த சத்தத்துடன் வான்மேகம் பதிலளித்தான்.

"முடிந்தால் வென்றுப் பார்," என்று சர்வ சாதாரண-மாகப் பதிலளித்தான் மலைத்தொடர்.

மலைத்தொடரின் இந்த வார்த்தைகளைக் கேட்டதும் வெகுண்டு எழுந்த வான்மேகம் தனது தேகத்தை மேலும் பெரிதாக்கினான். ஆனால், அப்படி செய்தும் வான்-மேகத்தால் மலைத்தொடரைத் தாண்டிப் போக முடிய-வில்லை. மீண்டும் அவன் தனது தேகத்தைக் கருமேகங்-களாக மாற்றி பூமி மீதும் மலைத்தொடர் மீதும் மழையை அளவில்லாமல் பொழிந்து தள்ளினான்.

ஆனால், கார்மேகத்தின் இந்த முயற்சியால் மலைத்-தொடர் எள்ளளவும் பாதிக்கப்பட்டதாகத் தெரியவில்லை. காரணம் அவனது உயரமும் அளவுக்கடந்த நீளமும் தான்.

இப்படி பல நாட்கள் முயன்றும் வான்மேகத்தால் மலைத்தொடரைத் தாண்டி போகமுடியவில்லை. இதன் விளைவாக வான்மேகம் தன் இயலாமையை உணர்ந்து மலைத்தொடர் முன்பாகச் சிறுமைப்பட்டு தனது தேகத்தை பழையபடியே மாற்றிக் கொண்டான். அவன் மீண்டும் தனது வேலையைப் பழையபடியே செய்து பூமிக்கு நன்மை பயக்கத் தொடங்கினான்.

இப்படி வான்மேகம் தன் முன் சிறுமைப்பட்டுத் தோல்வியடைந்ததைக் கண்ட மலைத்தொடர், "இப்-போது பார்த்தாயா, யார் சக்தி வாய்ந்தவன் என்று?" என அவனைப் பார்த்துக் கர்வமாகக் கேட்டான்.

மலைத்தொடரின் கேள்விக்குப் பதிலளிக்க முடியாமல் வான்மேகம், "என்னை மன்னித்துவிடு; கர்வமும் செருக்கும் எப்போதும் ஒருவனுக்கு அழகல்ல என்பதை நான் உணர்ந்து கொண்டேன்," என கூறிவிட்டு சென்றான்.

அப்போது எல்லோரையும் வென்ற மமதையில் மலைத்தொடர் கம்பீரமாகவும் செருக்குடனும் உயர்ந்து நின்றுக்கொண்டிருக்கும் வேளையில் அங்கு மீண்டும் சூராவளி வந்தான்.

அவன் மலைத்தொடரைப் பார்த்துக் கூறினான், "நடந்ததை எல்லாம் நான் பார்த்துக்கொண்டு தான் இருந்தேன். மதியாளை ஆதவன் வென்றான், ஆதவனை வான்மேகம் வென்றான், வான்மேகத்தை இப்போது நீ வென்றுள்ளாய்."

"சரி, அதற்கென்ன இப்போது?" என்று மலைத்தொடர் கேட்டான்.

அப்படி அவர்கள் இருவரும் பேசிக்கொண்டிருக்க, ஒரு பக்கம் ஆதவனும், மற்றொரு பக்கம் மதியாளும் வந்து நின்றனர்.

"நம்மனைவருக்குள்ளும் யார் சக்தி வாய்ந்தவன், யார் பெரியவன் என்கிற சர்ச்சை வந்து விட்டது. அதற்கு நாம் ஒரு நிரந்த தீர்வு காண வேண்டும்," என்று மதியாள் கூறினாள்.

"பிறகென்ன, நான் தான் வான்மேகத்தை வெற்றிக்கொண்டு தெளிவுப்படுத்தி விட்டேனே!" என்று மலைத்தொடர் பதிலளித்தான்.

"ஆனால், பூமியில் என்னை எதிர்த்து நிற்க இன்று வரை எந்தவொரு ஜீராசியோ மரம் செடிக்கொடியோ

இருந்ததில்லை, இனி வரப்போவதும் இல்லை,” ஆகவே நான் தான் சக்தி வாய்ந்தவன் என்று கூறினான் சூறாவளி.

அப்படி அவர்கள் தங்களுக்குள் பேசிக்கொண்டிருக்-கையில் திடீரென ஒரு குரல் கேட்டது, “போதும், உங்க-ளுக்குள் யார் பெரியவன், சக்தி வாய்ந்தவன் என்று விவாதித்தது!”

அக்குரலைக் கேட்டதும், யார் அப்படி பேசியது என ஆதவன், மதியாள், வான்மேகம், மலைத்தொடர், சூறா-வளி என அனைவரும் திரும்பிப் பார்க்க அங்கே பூமித்-தாய் நின்றிருந்தாள்.

அவளைப் பார்த்ததும் அனைவரும் ஒரு நிமிடம் எதையும் பேசாமல் அமைதியாய் நின்றனர். பின்னர் ஆதவன் சொன்னான், “பூமித்தாயே, உனக்குள் தான் என்ன இருக்கிறது? உனக்கென்று விசேஷ சக்திகளோ ஆற்றலோ எதுவும் இல்லையே?”

“உங்களுக்கு இருப்பதைப் போன்று என்னிடம் விசேஷ சக்திகளோ ஆற்றலோ இல்லாமல் இருக்கலாம், ஆனாலும் என்னிடம் உள்ள ஒன்று உங்கள் யாரிடமும் இல்லை. இது சத்தியம்!” என்று பதிலளித்தாள் பூமித்-தாய்.

“என்ன பிதற்றுகிறீர்?” என்று மதியாள் கேட்டாள்.

“ஆமாம், குழந்தைகளே, உங்களிடம் இல்லாத ஒன்று என்னிடம் இருக்கிறது,” என்று மீண்டும் கூறினாள் பூமித்-தாய்.

“சரி, சொல்லுங்கள் பார்ப்போம்,” என்று கேட்டான் சூறாவளி.

"நீ சூறாவளி, நீ ஆதவன், நீ மதியாள், நீ வான்மேகம், நீ மலைத்தொடர்," என்று ஒவ்வொருவரையும் சுட்டிக்காட்டிய பூமித்தாய் தொடர்ந்து,

"உங்கள் எல்லோராலும் பூமியில் ஏதேனும் ஒரு வகையில் ஆக்கமோ அழிவோ நிச்சயம். ஆனால் ஆக்கமாக இருந்தாலும் சரி, அழிவாக இருந்தாலும் சரி, நீங்கள் செய்யும் செயலால் அதிக பாதிப்புக்குள்ளாவது நான் தான், அதாவது இந்த பூமி."

எல்லோரும் ஏகமாக, "ஒப்புக்கொள்கிறோம்," என பதிலளித்தனர்.

பூமித்தாய் தொடர்ந்து பேசினாள், "இப்படி ஆக்கம் என்கிற பெயரில் நடக்கும் செயலினால் ஏற்படும் சில நன்மைகளும் எனக்குப் பாதகத்தை விளைவிக்கிறது. மேலும், அழிவு என்கிற வகையிலும் நான் அதிக பாதிப்புக்கு உள்ளாகிறேன். ஆக, உங்களது எந்த ஒரு செயலினாலும் எனக்குப் பாதிப்பு இருக்கிறது. இப்படி எந்தவொரு பாதிப்பு இருந்தாலும் நான் யாருக்கும் எந்தவித எதிர்ப்போ எதிர்செயலோ இல்லாமல் இன்றுவரை அமைதிகாத்து வந்திருக்கிறேன். இப்படி பாதிப்பிலும் பாதகத்திலும் சினங்கொள்ளாமல் அமைதி காத்து எல்லோரையும் வாழ வைக்கும் நான் சக்தி வாய்ந்தவளா, இல்லை எந்தவொரு பாதகத்திற்கும் உள்ளாகாமல் உங்களுக்குள் ஒருவரை ஒருவர் தாழ்த்திக்கொள்ளும் நீங்கள் சக்தி வாய்ந்தவர்களா?"

மீண்டும் அங்கே அமைதி நிலவியது. அப்போது அந்த அமைதியைக் குலைக்கும் வண்ணம் ஒரு குரல் கேட்டது, "ஆம், பூமித்தாய் சொல்வது முற்றிலும் உண்மை. அவர்களின் பொறுமைக்கு அளவே இல்லை. ஆற்றல் படைத்த நாம் என்னதான் நமது சக்தியைப் பயன்படுத்தினாலும்

இதுவரை எவ்வித சக்திகளும் இன்றி பொறுமை ஒன்-
றையே தனது ஆயுதமாக வைத்துப் போராடும் பூமித்-
தாய்க்கு நிகர் பூமித்தாய் தான்.

அவரைத் தவிர இங்கே வேறு யாரும் சக்தி வாய்ந்த-
வராகவோ, பெரியவராகவோ, இல்லை பலசாலியாகவோ
இருக்க வாய்ப்பே இல்லை!"

இப்படி பேசியது யாருமில்லை, அது அந்த மதியாள்
தான். மதியாள் பேசிய இந்த வார்த்தைகளைக் கேட்ட
எல்லோரும் பூமித்தாயின் முன் மண்டியிட்டு மதியாளின்
வார்த்தைக்கு உயிர் தந்தனர்.

நடைவண்டி

மகளென வாழும் எந்தவொரு உயிருக்கும் தந்தையென
குடியிருக்க ஒரு கோவிலிருக்கும்!

- இரமணகுமார்

கருசான்பட்டி என்கிற ஒரு அழகிய கிராமம் அது. அந்தக்
கிராமத்தின் ஒதுக்குப்புறத்தில் ஒரு சிற்றோடை வருடம்
முழுவதும் வற்றாமல் ஓடிக்கொண்டிருக்க அதன் கரை
நெடுகிலும் அங்கொன்றும் இங்கொன்றுமாகச் சிறு சிறு
குடிசைகள் வரிசைக்கட்டி நின்றன. அக்குடிசைகளில்
வசிப்பவர்கள் எல்லோருமே மண்பாண்டம் தயாரிக்கும்
குயவர் பரம்பரையைச் சேர்ந்தவர்கள்.

ஆனால், ஒரு சில வருடங்களாகவே அங்கே மழை
பொய்த்துப்போகவே அந்த நீரோடையும் வற்றிப்போனது.
அதனால் அங்கே குயவர்களின் பிழைப்புச் சரிவர
நடைப்பெறவில்லை. இதனைக் கருத்தில் கொண்டு தங்-
கள் குடும்பங்களைக் காப்பாற்ற வேண்டி குயவர் இனத்-
தைச் சேர்ந்த ஆண்கள் எல்லாம் பிழைப்புத் தேடி வெளி-
யூர்களுக்குப் பயணமாயினர்.

இப்படி பிழைப்புத் தேடி புலம் பெயர்ந்த குயவர்களுள்
இராஜலிங்கமும் ஒருவர். அவருக்கு மனைவியும் ஒரே
ஒரு பெண் குழந்தையும் இருந்தார்கள். அவரது மனை-

வியின் பெயர் சின்னபொண்ணு மற்றும் பெண் குழந்தையின் பெயர் அன்னம்மா.

தனது கணவன் பிழைப்புத் தேடி வெளியூர் சென்றிருப்பதால் தற்போது சின்னபொண்ணுவுக்கு வீட்டிலிருக்கும் ஒரே ஆதரவு அவளது பெண் குழந்தை அன்னம்மா தான். ஆகவே, அவளால் குழந்தையுடன் அதிக நேரம் செலவழிக்க முடிந்தது.

மேலும், குயவர் குடும்பங்களைச் சேர்ந்த அனைத்து ஆண்களும் வெளியூருக்குப் பிழைப்புத் தேடி சென்றுள்ளதால் குடும்ப பெண்கள், வயது முதிர்ந்த ஆண்கள், வயதான பெண்கள் என அனைவரும் ஒருவருக்கொருவர் ஒத்தாசையாகவும் உதவியாகவும் இருந்து வந்தனர்.

இப்படி நாட்கள் நகர்ந்து கொண்டிருக்கையில் ஒரு நாள் சாயங்கால வேளையில் சூரியன் அஸ்தமனம் ஆகிக்கொண்டிருந்தது. சிவப்புப் பந்தாகச் சூரியனும் சிவப்புக் கம்பளமாக வானமும் அவ்வேளையில் அழகுடன் தோற்றமளித்தது. இப்படியே மெல்ல மெல்ல செவ்வானம் இருள் போர்வையைத் தன்மீது போர்த்திக் கொள்ள இருளும் கருசான்பட்டி மேல் வரத்துவங்கியது.

எல்லா குடிசைகளின் முற்றத்திலும் அகல் விளக்குகள் இருளைப் போக்கி சிற்றொளியை வீசிக்கொண்டிருந்தன. அப்படியொரு அகல் விளக்கின் ஒளியில் தனது குழந்தைக்கு ஊட்டிவிட பால் சோறு பிசைந்து கொண்டிருந்தாள் சின்னபொண்ணு.

"அம்மா, போதும்மா, நீ சாதம் பிசைஞ்சது. எனக்கு ரொம்ப பசிக்குது, சீக்கிரமா அந்த சோத்த எனக்குக் கொஞ்சம் ஊட்டு," என்று தன் மனதில் நினைத்தவற்றை

வெளிப்படுத்த முயன்று, "க... கா... கூ... ஊ... மாக்கூ..." என்று மழலை மொழியில் பேசினாள் அன்னம்மா.

"அடியே, செல்லம், பசிக்குதாடி. இரு, அம்மா உனக்கு ஊட்டி விடுறேன்," என்று சொல்லிக்கொண்டே கையில் சோத்துக்கிண்ணத்துடன் குழந்தையை தன் இடுப்பில் தூக்கி போட்டுக்கொண்டாள் சின்னபொண்ணு.

பிறகு, கொஞ்சம் கொஞ்சமாகப் பிசைந்த பால் சோற்றை எடுத்துக் குழந்தைக்கு ஊட்டிவிட்டு கடைசியில் சிறிது உணவை எடுத்து குழந்தையின் தலையைச் சுற்றி அதைக் குடிசைக்கு வெளியே நாய்க்குப் போட்டாள் சின்னபொண்ணு.

பின்னர், சின்னபொண்ணு வீட்டிலிருந்த வேலை- களையெல்லாம் முடித்துக் கொண்டு குழந்தையைத் தூங்க வைக்க அவளைத் தூளியில் கிடத்தினாள்.

"தா... லே... லோ... சின்னரங்கம்! கண்ணுறங்கு, என் பொன்னுரங்கம்!" என்று தாலாட்டுப் பாட ஆரம்பித்தாள் சின்னபொண்ணு.

இப்படி தாலாட்டுப் பாடிக்கொண்டிருந்த சின்ன- பொண்ணு சற்று நேரத்திலேயே ஏதோ யோசனையில் தன்னை மறந்து முழுகிப்போனாள்.

"ஏலேய், மொக்கச்சாமி, என்னடே சேதி? எதுக்குடே இப்படி விழுந்தடிச்சி ஓடி வருத?" என கேட்டார் நெய்யர- சப்பர்.

"ஐயா, நாம மோசம் போய்டோம்யா! உங்களுக்குத் தலச்சம் புள்ள பெட்டையா பொறந்திருக்குங்க," என்று தனது தலையில் அடித்துக் கொண்டு அவர் காலடியில் வந்து உட்கார்ந்தான் மொக்கச்சாமி.

"என்னடே சொல்லுத?" என்று அவனைப் பார்த்துக் கேட்டார் நெய்யரச்சப்பர்.

"ஆமாங்கய்யா, நாம மோசம் போய்டோம்யா!" என்று மீண்டும் அவனது ஆதங்கத்தை வெளிப்படுத்தினான் மொக்கச்சாமி.

"சரிடே, நீ வீட்டுக்குப்போ, நான் பின்னாடியே வருத," என்று ஆறுதலாகக் கூறினார் நெய்யரசப்பர்.

"ஐயா..." என்று மீண்டும் தனது குரலை உயர்த்தி- னான் மொக்கச்சாமி.

"ஏடேய், அதான் சொல்லுதோம்ல, நீ வீட்டுக்குப் போம்ல," என்று அதிகார தொனியில் பதிலளித்தார் நெய்யரசப்பர்.

"சரியா, ஏதோ, கடவுள் விட்ட வழி. நான் வீட்டுக்குப் போறேன். வீட்ல எல்லாம் உங்களத்தான்யா எதிர்- பார்த்திட்டு இருக்காங்க.

வைத்தியரையும் கூட கூட்டிட்டு வரச்சொன்னாங்- கையா," என்று கூறினான் மொக்கச்சாமி.

"ஏடேய், அந்தப் பயித்தியக்காரத்தனத்த மட்டும் செஞ்சிடாதலே. அப்புறம் நான் பொல்லாதவனா ஆயிடு- வேன், பாத்துக்கோடே!" என்று மொக்கச்சாமியை எச்சரித்தார் நெய்யரசப்பர்.

"ஐயா, அப்ப வீட்டுல போய் நான் என்னத்த சொல்- லட்டும்," என்று கேட்டான் மொக்கச்சாமி.

"நீ அங்க போய் ஒன்னும் சொல்ல வேணாம். ஐயா, பின்னாடியே வரார்னு மட்டும் சொல்லுதே, புரிஞ்சுதா?" என்று பதிலளித்தார் நெய்யரசப்பர்.

"சரிங்கய்யா, நான் போறேன், ஆனா நீங்க சீக்கிரமே வந்திடுங்க," என்று சூறிவிட்டு மொக்கச்சாமி அங்கிருந்து புறப்பட்டான்.

மொக்கச்சாமியின் கண்களில் நீர் வழிந்தோடிக் கொண்டிருந்தது. நெய்யரசப்பரின் கண்களும் கலங்கிய-படி தான் இருந்தது.

மொக்கச்சாமி தன் பார்வையில் இருந்து மறையும் வரை அவனையே வெறித்துப் பார்த்த நெய்யரசப்பர் பின்னர் சிறிது நேரம் தன்னை மறந்து யோசித்தார். பின்-னர், ஒரு முடிவுடன் தான் அமர்ந்திருந்த அரச மரத்தடி-யிலிருந்து எழுந்து மெதுவாக நடக்கத் துவங்கினார்.

நெய்யரசப்பர் அந்த ஊரின் தலைவர். இந்த ஊர்த்-தலைவர் பதவிக்கு அவர்களது பரம்பரையில் வரும் தலைச்சன் பிள்ளை மட்டுமே தகுதியாக முடியும். அதுவும் அந்த குழந்தை ஆணாக தான் இருக்க வேண்-டும். ஒருவேளை, தலைச்சன் பெண்ணாக இருந்தால் அந்த ஊர்த்தலைவர் பதவி ஊரார் முன்னிலையில் சீட்டுக் குலுக்கி போட்டுத் தேர்ந்தெடுக்கப்படும் வேறு ஒருவருக்கு வழங்கப்படும். பின்னர், அவரது பரம்-பரையில் வரும் ஆண் தலைச்சனுக்கு அந்தப் பதவி வழங்கப்படும். இது தான் அந்த ஊர் வழக்கம். நெய்யரச்சப்பரின் மனதில் இது பற்றிய யோசனை தான் ஓடிக்கொண்டிருந்தது. அவர் எடுக்கப் போகும் முடிவில் தான் அவரது பரம்பரை கௌரவமே அடங்கியிருக்கிறது.

மெல்ல நடந்தபடியே நெய்யரசப்பர் தனது வீட்டின் வாயில் கதவைத் திறந்து உள்ளே நுழைந்தார். அவரது வீட்டு முற்றத்தில் மொக்கச்சாமியும், வீட்டின் வேலைக்-காரர்களும், நெய்யரசப்பர் மனைவி வீட்டாரும் கூடியி-ருந்தனர்.

வீட்டிற்குள்ளிருந்து குழந்தையின் அழுகுரல் கேட்டது. பின்னர், உள்ளே இருந்து மருத்துவச்சி வெளியே வந்து நெய்யரசப்பரைப் பார்த்து, "ஐயா, உங்க வீட்டு தலைச்-சன் பெட்டச்சிங்க. இப்ப என்னங்க பன்றது?" என்று கேட்டாள்.

இப்படி கேட்ட மருத்துவச்சியின் கண்களையே நெய்-யரசப்பர் சற்று நேரம் உற்றுப் பார்த்தார்.

"ஐயா, நான் என்ன கேட்டேன், நீங்க என்னடனா என்-னையே பாத்துட்டு இருக்கீங்களே. ஏதாச்சும் சொன்னாத்-தானே, நானும் அடுத்த வேளைய பாக்க முடியும்," என்று தன் பக்கத்திற்கு அடுக்கிக்கொண்டே போனாள் மருத்து-வச்சி.

பேசுவதை நிறுத்து என்பதைப் போல நெய்யரசப்பர் மருத்துவச்சியைப் பார்த்துச் சைகை காட்டினார்.

அவரது சைகையைப் பார்த்த மருத்துவச்சி, "சரிங்-கையா, உத்தரவு," என்று கையால் வாயைப் பொத்திக்-கொண்டு ஓரமாக ஒதுங்கி நின்றாள்.

நெய்யரசப்பர் மெதுவாக முன்னேறி வாசற்படிக்குள் தனது வலதுக்காலை எடுத்து வைத்து வீட்டிற்குள் நுழைந்தார். சிறிது நேரத்தில் குழந்தையின் அழுகை சத்தம் நின்றது.

திடீரென குழந்தையின் அழுகை சத்தம் நின்றதும் அங்குக் கூடியிருந்த எல்லோரும் என்ன நடந்திருக்குமோ என்கிற திகைப்பில் அந்த அறையின் வாசலையே பார்த்-துக்கொண்டிருந்தனர்.

சற்று நேரத்தில் குழந்தையைக் கையில் ஏந்தியபடி நெய்யரசப்பர் வீட்டிலிருந்து வெளியே வந்தார். இதை எல்லோரும் பார்த்து வாயடைத்து நின்றனர்.

"ஐயா, நம்ம வழக்கப்படி, தலைச்சன் பெட்டப்புள்-ளையா இருந்தா, அதுக்குக் கல்லிப்பால கொடுக்கிறது தான் சரி," என்று கூறினாள் மருத்துவச்சி.

நெய்யரசப்பர் தனது பார்வையைக் குழந்தை மீதிருந்து திருப்பி மருத்துவச்சியைப் பார்த்தார்.

"இல்லங்கையா, இது நம்ம ஊர் வழக்கம். ஏன்னா, ஊர்த்தலைவர் பதவிய ஒரு பெட்டச்சிக்காக விட்டுட கூடாது, அது..." என்று மருத்துவச்சி கூறும் போதே நெய்யரச்சப்பர், "பிரசவம் பார்த்த வரைக்கும் நிறுத்திக்-கிடுங்க, மத்த விஷயத்தயெல்லாம் நாங்க பாத்துக்கிடு-தோம்," என்று காட்டமாகப் பதில் கூறினார்.

"இல்லங்கையா, உங்களுக்கு இருந்த ஒரே அக்கா-வுக்குக் கூட இந்த கையால தான்யா கல்லி பால ஊத்து-னேன். அதனால தான்யா இன்னைக்கு நீங்க ஊர்த்-தலைவரா இருக்கீங்க. இல்லனா மூனு தலைமுறையா இந்த ஊர்த்தலைவர் பதவி இந்த குடும்பத்துக்கு கிடைச்-சிருக்காதுங்கய்யா," என்று தனக்குள் இருந்த இரகசி-யத்தை வெளியே கொட்டித்தீர்த்தாள் மருத்துவச்சி.

"அட, பாவமே. கேவலம் இந்த ஊர்த்தலைவர் பத-விக்காக, எங்க அப்பா ஒரு உசுரையே எடுத்திருக்காரா?" என்று ஆச்சரியம் பொங்க கேட்டார் நெய்யரசப்பர்.

"ஒரு ஊரு நல்லா இருக்கனும்னா, ஒரு உசுர பரி கொடுக்கிறது தப்பில்லனு தான் எல்லா பெரிய மனுஷ-னும் சொல்லியிருக்கிறாங்க," என்று கல்லிப்பால கொலைலயை நியாயப்படுத்தினாள் மருத்துவச்சி.

இப்படி பேசிக்கொண்டிருக்கையில் மொக்கச்சாமி, "ஐயா, நான் உங்க அப்பா காலத்துல இருந்து உங்க குடும்பத்துக்கு விசுவாசமா இருந்துக்கிட்டு வரேன். எனக்கென்னமோ மருத்துவச்சி சொல்றது சரின்னு தான்யா படுது," என்று சொன்னான்.

"எல்லாம் நல்லா கேட்டுகிடுதுங்க, இது என்னோட குடும்ப பிரச்சனை, இதுக்கு நான் தான் முழுப் பொறுப்பு. அதோட, முடிவ எடுக்கப் போறதும் நான் தான். அதனால இதுக்கு மேல யார் எத பேசுனாலும் நான் கேட்கிட்டுச் சும்மா இருக்க மாட்டேன், பாத்துகிடுதுங்க," என்று கோவமா பதில் சொன்னார் நெய்யரசப்பர்.

அவர் கோவத்துடன் பேசியதைக் கேட்டதும் அவர் கையிலிருந்த குழந்தை அழத்தொடங்கியது. அதைப் பார்த்த நெய்யரசப்பர் உடனே, "அடடே, என்னங்க செல்ல கண்ணு, அப்பா சத்தமா பேசுனத கேட்டு பயந்திட்டீங்களா? இல்லங்க, செல்ல கண்ணு, அப்பா கோவப்படலீங்க. சும்மா, சத்தமா பேசுன, அவ்வளவு-தேன். நீங்க அழாதீங்க, செல்ல கண்ணு! என் சின்ன கண்ணு, அழாதீங்கடா, செல்லம்..." என்று குழந்தை-யைத் தேற்றினார்.

திடீரென சின்னபொண்ணு ஏதோ அதிர்ச்சியைக் கண்டது போல திடுக்கிட்டுப் பார்க்க, அவளுக்கு முன்பாக அவளது குழந்தை அன்னம்மா தூளியில் உலகத்தையும் கவலையையும் மறந்து ஆழ்ந்த நித்தி-ரையில் இருந்தாள்.

"அட, நீ தாலாட்டுப் பாடுலனா என்னால தூங்க முடி-யாதா?" என்று அன்னம்மா தன்னைப் பார்த்து கேட்பது போலவே சின்னபொண்ணுவுக்கு மனதில் தோன்றியது.

அதை நினைத்துப் பார்த்த அவள் மெல்ல ஒரு புன்-னகை புரிந்துவிட்டு மெதுவாகத் தூளியை ஆட்டிவிட்டு அங்கிருந்து நகர்ந்து சென்றாள்.

பின்னர், சின்னபொண்ணுவும் மீதமிருந்த வேலை-களையெல்லாம் முடித்துக் கொண்டு பாய்விரித்துப் படுத்-தாள். படுத்த அவளின் மனதில் அவளது கணவன் பற்றிய நினைப்பு ஓடியது.

"என் இராசா, இப்படி மழை செஞ்ச சதியால எம்புட்டுத் தூரம் நீங்க போய் எங்கள காப்பாத்துறீங்க!" என்று தன் மனதில் நினைத்துக் கொண்டாள்.

பின்னர் அவள், "இப்ப நல்ல சாப்பாடு நீங்க சாப்பிட்டு இருப்பீங்களோ என்னமோ? உங்கள அந்த ஆண்டவன் நல்லபடியா பாத்துக்கனும்," என்கிற ஒரு வேண்டு-தலுடன் தன் கண்களை மூடினாள்.

விடியற்காலை 5 மணியளவில் சேவல் சூரையின் மீதிருந்து கூவியது. சேவல் சூவும் சத்தம் கேட்டு எழுந்த சின்னபொண்ணு தூளியில் தூங்கிக் கொண்டிருக்கும் அன்னம்மாவைச் சென்று பார்த்தாள். அங்கே குழந்தை அதே அழகுடன் செல்லமாகத் தூங்கிக் கொண்டிருந்-தாள்.

அவளைப் பார்த்து ஒரு புன்முறுவல் புரிந்துவிட்டு சின்னபொண்ணு வெளியே சென்று முகங்கழுவி பின்னர் வாசலைக்கூட்டி கோலமிட்டு வீட்டின் மற்ற காலை நேர வேலைகளில் ஈடுபட்டாள்.

காலை சுமார் 7 மணியளவில் அன்னம்மா தான் எழுந்துவிட்டேன் என்பதைத் தெரிவிக்கும் விதமாக அழத்தொடங்கினாள். குழந்தை அழும் சத்தம் கேட்ட

சின்னபொண்ணு விரைவாக ஓடிவந்து அவளை தூளியி-
லிருந்து எடுத்து,

"அடடே, என் கண்ணு, என் இராசா, என் செல்லம்!
என்னடா, இதோ, அம்மா வந்துட்டேன் டா!" என்று குழந்-
தையைத் தேற்றினாள்.

பின்னர் குழந்தைக்குத் தாய்ப்பால் கொடுத்து ஆசுவா-
சப்படுத்திவிட்டு மற்ற வேலைகளைக் கவனித்தாள்
சின்னபொண்ணு.

இப்படி அவள் குழந்தையைக் குடிசைக்குள் விட்டு-
விட்டு சமையலைக் கவனித்துக் கொண்டிருக்கும் போது,
முட்டியிட்டு நடந்து கொண்டிருந்த குழந்தை திடீரென
சுவற்றின் ஓரமாகச் சென்று சுவரை இரு கைகளால்
பற்றிக்கொண்டு மெதுவாக எழுந்து நின்றது. பின்னர்,
மெல்ல அவள் கைகளைச் சுவற்றிலிருந்து எடுத்து தனது
கால்களில் தனித்து நின்றாள்.

முதல் முறை சொந்த காலில் நின்ற குழந்தை
சந்தோஷத்தில் சத்தமிட்டாள். குழந்தை சத்தமிடுவதைக்
கேட்ட சின்னபொண்ணு என்னமோ ஏதோ என்று அடுப்-
பங்கறையிலிருந்து எழுந்து திரும்பி பார்க்கவே அவள்
ஆச்சரியத்தில் உறைந்து போனாள்.

பின்னர், அன்னம்மா, தனது சின்னஞ்சிறு கைகளைத்
தலைக்குமேல் தூக்கியபடி, "கா... கூ..." என்று மேலும்
சத்தமாகக் கத்தினாள்.

ஆச்சரியத்தில் திளைத்துப்போன சின்னபொண்ணு,
இரு கைகளால் வாயைப் பொத்தியபடியே, "அடியே, என்
சக்கரகட்டி, என் தங்கம், என் இராசாத்தி..."

என்று கொஞ்சியபடியே ஓடிவந்து குழந்தையைத் தூக்கி அவளுக்குக் கண்ணத்திலும் நெற்றியிலுமாக முத்த மழை பொழிந்தாள்.

குழந்தையும் முதலடி எடுத்து வைத்த சந்தோஷத்தில் இன்னும் அதிகமாக, "கா... கூ..." என்று சத்தமிட்டாள்.

பின்னர், காலை வேலைகள் முடிந்ததும் சின்னபொண்ணு அன்னம்மாவைத் தூக்கிக்கொண்டு ஊர் முழுக்க சென்று தனது தோழிகள் தெரிந்தவர்கள் என எல்லோரிடமும் சந்தோஷம் பொங்க நடந்த சம்பவத்தைக் கூறிவந்தாள்.

ஊரே அன்னம்மாவைத் தூக்கி கொஞ்சி மகிழ்ந்தனர். அன்னம்மாவும் சந்தோஷத்தின் உச்சத்தில் இருந்தபடி அன்று பொழுதைக் கழித்தாள்.

இரவு அன்னம்மாவைத் தூங்க வைத்துவிட்டு அனைத்து வேலைகளையும் முடித்துக் கொண்டு சின்னபொண்ணு பாய்போட்டுப் படுத்தாள். வழக்கம் போல அவள் தன் கணவன் எப்படி இருக்கிறார், எப்போது வருவார் என்கிற நினைப்பிலேயே கண்களை மூடினாள்.

இரவு ஏறத்தாழ ஒரு 12 மணியிருக்கும். அப்போது, குடிசையின் கதவு தட்டும் சத்தம் கேட்டது. ஆனால் சின்னபொண்ணு எழுந்திருப்பது போல தெரியவில்லை. யாரும் கதவைத் திறக்கவில்லை என்றவுடன் மீண்டும் கதவு தட்டும் சத்தம் கேட்டது. அப்போது சத்தம் கேட்ட சின்னபொண்ணு எழுந்து அமர்ந்தாள்.

"இந்த நேரத்துல யாரா இருக்கும்?" என்கிற சந்தேகத்துடன் தனது கூந்தலை எடுத்து முடிந்து கொண்டையிட்டுக்கொண்டு பாயிலிருந்து எழுந்தாள் சின்னபொண்ணு. பின்னர், தனது கையில் எரிந்து கொண்டி

ருக்கும் ஒரு எண்ணெய் விளக்கை எடுத்துக் கொண்டு கதவை நோக்கி நடந்தாள் சின்னபொண்ணு.

மீண்டும் கதவு தட்டும் சத்தம் கேட்டது. அப்போது சின்னபொண்ணு வந்து கதவைத் திறக்க வெளியிலிருந்த நபரின் முகம் இருட்டில் சரியாகத் தெரியவில்லை. அவள் எண்ணெய் விளக்கை முகத்துக்கு நேராகத் தூக்கிப்-பிடித்தவுடன் அவளது முகம் ஆச்சரியத்தில் உறைந்து போனாது.

வந்தது வேறு யாருமல்ல, அது பிழைப்புத் தேடி தூர தேசம் சென்ற அவளது கணவன் இராஜலிங்கம் தான். அவனுக்குக் கையில் போதுமான பணம் சேர்ந்ததும் மனைவி பிள்ளையைப் பார்க்க புறப்பட்டு வந்திருந்தான்.

அவனைப் பார்த்தபடி அப்படியே ஆச்சரித்துடன் கண்-கலங்கி நின்றிருந்தாள் சின்னபொண்ணு. அப்போது அவள் கண்களிலிருந்து கண்ணீர் துளி வெளியேற, "என்ன சின்னபொண்ணு, மாமன பாத்ததும் பேச வாய் வரலியோ?" என்று கேட்டான் இராஜலிங்கம்.

"ஐயோ! ஆத்தி! என் இராசா! உங்கள பாத்த சந்தோ-ஷத்துல எனக்கு வார்த்தையே வரலீங்க!" என்று ஆச்ச-ரியம் மாறாமல் பதில் சொன்னாள் சின்னபொண்ணு.

"சரி, உள்ளயாச்சும் என்ன கூப்பிடுவியா, இல்ல தூர தேசம் போனவன், கொஞ்சம் தூரமா இருக்கட்டும்னு சொல்லுவியா?" என்று கிண்டலாகக் கேட்டான் இராஜ-லிங்கம்.

"என்ன மன்னிச்சிடுங்க! எனக்குக் கையும் ஓடல, காலும் ஓடல..." என்று கூறிவிட்டு, பின்னர், "உள்ள வாங்க," என்று அவனை உள்ளே கூட்டிக் கொண்டுப்-போனாள் சின்னபொண்ணு.

உள்ளே சென்ற அவர்கள் விரித்திருந்த பாயில் அமர்ந்தார்கள்.

"இருங்க மாமா, உங்களுக்குக் குடிக்க தண்ணி கொண்டுவாரேன்," என்று சொல்லி அந்தச் சொற்ப வெளிச்சத்தில் தண்ணீர் குடத்திலிருந்து சொம்பு தண்ணியைக் கொண்டு வந்து இராஜலிங்கத்திடம் கொடுத்தாள் சின்னபொண்ணு.

அதை வாங்கி குடித்த பின்னர் இராஜலிங்கம், "வாடி, வந்து மாமன் பக்கத்துல உட்காரு. உன்ன இப்படி பக்கத்துல இருந்து பாத்து எத்தன நாளாச்சு," என்று சொல்லியபடி சின்னபொண்ணுவின் கையைப் பிடித்து தன் பக்கமாக இழுத்தான்.

மாமன் தனது கையைப் பிடித்து இழுத்ததும் சின்ன-பொண்ணு, "ஐயோ, விடுங்க, மாமா; எனக்குக் கூச்சமா இருக்கு!" என்று சிணுங்கிய குரலில் கூறினாள்.

"மாமங்கிட்ட என்னடி கூச்ச நாச்சம்," என்று பதி-லுக்குக் கிண்டலாகப் பேசிய இரஜாலிங்கம் சின்ன-பொண்ணுவைக் கிட்ட இழுத்து அவளைக் கட்டிக் கொண்டான்.

"சீ, போங்க, மாமா!" என்று தன் முகத்தை மூடிக்-கொண்டாள் சின்னபொண்ணு.

"சரி சரி, இதோ பாரு மாமா உனக்காக என்ன வாங்கிக்கிட்டு வந்திருக்கேன்னு," என்று கூறி தனது பையிலிருந்து ஒரு சேலையை வெளியே எடுத்தான் இராஜலிங்கம்.

"அட, மாமா, சீலயா? ரொம்பா அருமையா இருக்கு, மாமா!" என்று தனது சந்தோஷத்தை வெளிப்படுத்-தினாள் சின்னபொண்ணு.

"சரி, நம்ம அன்னம்மா எங்க இருக்குறா?" என்று கேட்டான் இராஜலிங்கம்.

"பாப்பா, தூளியில தூங்கிக்கிட்டு இருக்கா, மாமா," என்று பதில் கூறினாள் சின்னபொண்ணு.

"இதோ பாத்தியா, நம்ம பாப்பாவுக்காக நான் என்ன வாங்கிக்கிட்டு வந்திருக்கேன்னு," என்று சொல்லியபடி அவளிடம் ஒரு நடைவண்டியை எடுத்துக் காட்டினான் இராஜலிங்கம்.

அந்த நடைவண்டியைப் பார்த்தவுடன் சின்னபொண்-ணுவின் கண்கள் கலங்கியது. அவளது கண்களிலிருந்து கண்ணீர் வெளியேற அவள், "மாமா, பாத்தீங்களா, உங்கள பாத்த சந்தோஷத்துல நான் நம்ம அன்னமாவ பத்தி உங்க கிட்ட சொல்லவே மறந்துட்டேன்," என்று கூறினாள்.

"அப்படி என்னத்த மறந்து தொலச்ச?" என்று கேட்-டான் இராஜலிங்கம்.

"மாமா, இன்னைக்குக் காலையில நம்ம அன்னம்மா செவுர பிடிச்சிக்கிட்டு எழுந்து நின்னா. அதோட அவ கைய விட்டுட்டும் தனியா நின்னா. அத பாக்கவே அம்புட்டுச் சந்தோஷமா இருந்துது, மாமா," என்று ஆனந்தம் பொங்க கூறினாள் அன்னம்மா.

உடனே சின்னபொண்ணுவின் இருகண்ணங்களிலும் தனது இரு கைகளையும் வைத்தபடி, "அட, நம்ம அன்-

னம்மா இன்னிக்கு எழுந்து நின்னாளா?" என்று ஆச்சரி- யத்துடன் கேட்டான் இராஜலிங்கம்.

சந்தோஷ முகபாவத்துடன் ஆனந்த கண்ணீர் வடித்த- படி ஆம் என்பது போல தலையசைத்தாள் சின்ன- பொண்ணு.

"அட, இப்படி ஒரு சந்தோஷமான நேரத்துல என்னால நம்ம பாப்பா பக்கத்துல இருக்க முடியாம போச்சேடி," என்று வருத்தம் தோய்ந்த குரலில் கூறினான் இராஜ- லிங்கம்.

"ஆனா மாமா, நீங்களும் என்னோட அப்பாவும் ஒன்னு போல தான்," என்று பதிலுக்குக் கூறினாள் சின்ன- பொண்ணு.

"ஏன்டி அப்படி சொல்ற," என்று கேட்டான் இராஜ- லிங்கம்.

"நான் சின்ன வயசுல முதலடி எடுத்து வெச்சப்ப எங்க அப்பா கூட இப்படி தான் வெளியூர்ல இருந்தாரு. அதோட, அவரு அன்னைக்கு ஊர்ல இருந்து வரும் போது உங்கள மாதிரி தான் எனக்கும் நடைவண்டிய வாங்கிட்டு வந்தாரு," என்று கூறினாள் சின்னபொண்ணு.

"அட, உண்மையாவாடி சொல்லுத," என்று கேட்டான் இராஜலிங்கம்.

இப்படி திடீரென இராஜலிங்கத்தின் வார்த்தை உச்ச- ரிப்பு மாறியதும் என்னவென்று புரியாமல் சின்ன- பொண்ணு பார்க்க, அவள் விரித்த பாயில் படுத்த நிலை- யில் தான் இருந்தாள். பிறகு, எதுவும் புரியாமல் அவள் எழுந்து உட்கார, பின்னர் தான் தெரிந்தது அவளுக்கு,

அவளது கணவன் வீட்டிற்கு வந்ததும் அவனுடன் அவள் பேசியதும் எல்லாமே கனவென்று.

87

நடைவண்டி

அவளது கணவன் வீட்டிற்கு வந்ததும் அவனுடன் அவள் பேசியதும் எல்லாமே கனவென்று.

மிஸ் மாலதி

பெண்களும் சாதிக்க வேண்டியது நிச்சமென்றாலும்,
கடவுள் தனக்குத் தந்த பொறுப்பிலும் தவறக்கூடாது
தானே!

- இரமணகுமார்

ஜூன் 6, வருடம் 2000, காலை சுமார் 10 மணி இருக்கும். சென்னை எழும்பூரில் அமைந்துள்ள ஒரு தனியார் நிறுவனத்தில் வேலைக்காக விண்ணப்பதாரர்கள் அமர்ந்திருந்தார்கள்.

அங்கே மேனேஜர் அறைக்கு வெளியே மேஜையிட்டு அமர்ந்திருந்த குமாஸ்தா பெண்மணி மிஸ் மாலதி என்று கூப்பிட அங்கிருந்த மாலதி எழுந்து, "எஸ், மேடம்!" என்று பதிலத்தாள். உடனே அந்தக் குமாஸ்தா பெண்மணி மாலதியைப் பார்த்து, "நௌ, யூ கேன் கோ இன்," என்று அவளுக்குப் பதிலளித்தார்.

மாலதியும் அவரது சொற்படி எழுந்து உள்ளே சென்றாள். அவள் மேனேஜர் அறையின் கதவைத் திறந்து, "சார், மே ஐ கம் இன்?" என்று கேட்க அதற்கு அந்த மேனேஜர், "எஸ் ப்ளீஸ்!" என்று உத்தரவு கொடுத்தார்.

அவர் உள்ளே வரச்சொன்னதும் மாலதி தயங்கியபடியே வந்து மேனேஜரின் மேஜை முன்பு நின்றாள்.

மாலதி சுமார் 27 வயது மதிக்கத்தக்க ஒரு பெண்மணி. அவள் ஆரஞ்சு நிறத்தில் பூப்போட்ட வாயில் புடவையும் அதே ஆரஞ்சு நிறத்தில் ரவிக்கையும் அணிந்திருந்தாள். கையில் ஒரு ஹேண்ட் பேகும் வைத்திருந்தாள்.

மாலதி முதல் முறை வேலை தேடி வந்திருப்பதால் அவள் முகத்தில் ஒரு பதட்டமும் பயமும் தென்பட்டது. அந்தப் பதட்டத்தையும் பயத்தையும் தனது ஹேண்ட் பேகை கையில் இறுக்கமாகப் பிடித்தபடி அவள் வெளிப்-படுத்தினாள்.

அவள் முகத்தில் பயத்தையும் பதட்டத்தையும் கவ-னித்த மேனேஜர் பேசினார், "மேடம், ப்ளீஸ் சிட் டவுன்!"

மேனேஜர் உட்கார சொன்னதும் தனக்கு முன்னிருந்த நாற்காலியைப் பின்னாள் நகர்த்திய மாலதி அதில் சௌ-கரியமாக உட்காராமல் இருக்கை நுணியிலேயே அமர்ந்-தாள். மாலதியின் இச்செயலைப் பார்த்த மேனேஜர் அவள் வெளி உலகிற்கு தனியாக வருவது இதுவே முதன் முறை என்பதைப் புரிந்து கொண்டார்.

பின்னர் அவர், "சொல்லுங்க, மேடம், உங்க பேரு என்ன?" என்று கேட்டார்.

"சார், ஐ ஆம் மாலதி," என்று அவள் சுருக்கமாகப் பதிலளித்தாள்.

"ஓகே, இப்ப என்ன விஷயமா என்ன பார்க்க வந்தி-ருக்கீங்கன்னு நான் தெரிஞ்சுக்கலாமா?" என்று மேனேஜர் கேட்டார்.

"இல்ல சார், அது வந்து, இங்க அசிஸ்டன்ட் கிளர்க் போஸ்ட் வேக்கன்டா இருக்குனு பேப்பர்ல ஆட் பார்த்தே-தேன், சார். அதான் இன்டர்வியூவ் அட்டன் பண்ண-

லாம்னு வந்தேன்," என்று பயம் கலந்த மெல்லிய குரலில் பதிலளித்தாள். மேலும் அவள் குரல் குழந்தையின் குரலைப்போன்று மிகவும் அழகாக இருந்தது.

"ம்ம்... ஐ சீ!" என்று தலையசைத்தார் மேனேஜர்.

அவர் அப்படி எதுவும் பேசாமல் தலையை மட்டும் அசைத்ததால் மாலதிக்குப் குழப்பமாக இருந்தது. அவளது குரல்வளை உள்ளே சென்று வந்தது. அது அவள் இன்னும் அதிக படபடப்புடன் இருப்பதைக் காட்டியது.

"சொல்லுங்க, மேடம். வாட் கேன் ஐ டு பார் யூ?" என்று கேட்டார் மேனேஜர்.

அவர் அப்படி கேட்டவுடன் மாலதி ஹேண்ட் பேகிற்குள் இருந்த தனது ஃபைலை எடுத்துப் பார்த்து அதில் அவளது பயோ டேட்டா, ஸ்கூல் மற்றும் காலேஜ் சர்ட்டிபிகேட் எல்லாம் இருக்கிறதா என சரிபார்த்து விட்டு அதை அவரிடம் நீட்டி, "சார், இது என்னோட பயோ டேட்டா, அப்புறம் எஜிகேஷன் சர்ட்டிபிகேட்ஸ்," என்று பதிலளித்தாள்.

அவள் நீட்டிய ஃபைலை வாங்கிப் பார்த்த மேனேஜர், அதை மேஜையில் வைத்துவிட்டு மீண்டும் கேட்டார், "ஓகே, மிஸ் மாலதி, டெல் மீ, வாட் கேன் ஐ டு பார் யூ?"

அவர் இப்படி ஒரே கேள்வியை மீண்டும் மீண்டும் கேட்பதைப் பார்த்த மாலதிக்குப் படபடப்பு இன்னும் அதிகமாயிற்று.

அவள் அதிக படபடப்புடன் இருப்பதைக் கவனித்த மேனேஜர், "என்ன, மாலதி, என்ன ஆச்சு? தண்ணீ குடிக்கிறீங்களா?" என்று மேஜையில் இருந்த ஒரு குவளையை எடுத்து நீட்டினார்.

உடனே அவரது கையிலிருந்த குவளையை வாங்கி அதிலிருந்த தண்ணீரை வேகமாகக் குடித்துவிட்டு குவளையை மேஜையில் வைத்தாள் மாலதி.

"ஐ திங்க், யூ ஆர் சோ மச் நெர்வஸ் அபௌட் த இன்டர்வியூ, ஆர் யூ?" என்று கேட்டார் மேனேஜர்.

"சார்..." என்றபடி பாதி மென்று விழுங்கி விக்கி நின்றாள் மாலதி.

"பாருங்க, மிஸ் மாலதி. டோன்ட் கெட் நெர்வஸ். ஜஸ்ட் டேக் மீ ஆஸ் யுவர் ஃபாதர். அவ்வளவு தான், என்ன உங்க அப்பா மாதிரி நினைச்சிக்கோங்க, வெரி சிம்பிள்," என்றார் மேனேஜர் சகஜமாக.

மாலதி அவரது முகத்தையே உற்றுப் பார்த்தாள்.

தொடர்ந்த மேனேஜர், "சரி, இப்ப நீங்க இங்க வேலைக்கு வந்ததையே மறந்திடுங்க. என்ன உங்க அப்-பாவா நினைச்சி உங்க வீட்டுல இப்ப என்ன நிலவரம்னு தெளிவா சொல்லுங்க," என்று கேட்டார்.

மாலதி அவரைச் சற்று நேரம் அமைதியாகப் பார்த்து விட்டு, பின்னர் மெதுவாக நாற்காலியில் பின்னே நகர்ந்து சற்று சௌரியமாக அமர்ந்தாள்.

மேனேஜர் அப்போது அவரது நாற்காலியில் அமர்ந்த-படி முன்னோக்கி தனது உடலை வலைத்து மேஜை மீது தனது இரு முழங்கைகளையும் வைத்துத் தனது தாடையைக் கைகளின் மீது ஊன்றி மாலதி என்ன சொல்-லப்போகிறாள் என்பதைக் கவனிக்க ஆர்வமாக இருப்-பதை வெளிப்படுத்தினார்.

தனது அமைதியைக் கலைத்த மாலதி மெதுவாகத் தன் குடும்ப கதையை மேனேஜருடன் பகிர்ந்து கொள்ள தயாரானாள். மாலதி பேசினாள்,

"சார், அப்ப எனக்கு வயசு 19 முடிஞ்சி 20 ஆரம்ப-மாச்சி. எனக்கு வாழ்க்கையில பெருசா குறிக்கோள் நோக்கம் அப்படின்னு எதுவும் இல்ல.

வீட்டுல அப்பா படிக்க சொன்னாரு. நானும் சிம்ப்ளா பீ.ஏ., லிட்ரேச்சர் முடிச்சேன். என்னோட பீ.ஏ., டிகிரிய முடிச்சி கிட்டதட்ட ஒரு மாசம் ஆகியிருக்கும். அப்ப திடீர்னு வீட்டுல எனக்கு வரன் பார்க்குறதா சொன்னாங்க. எனக்கும் வாழ்க்கையில ஒரு புது சொந்தம் கிடைக்கப்-போகுதுன்னு நானும் சந்தோஷமா சம்மதிச்சேன்."

"ம்ம்... வெரி நைஸ்..." என்று குறுக்கிட்டார் மேனேஜர்.

"சார்..." என்று தனது பேச்சை நிறுத்தினாள் மாலதி.

"ஓ... ஐ ஆம் சாரி... யூ ப்ளீஸ் கன்டினியூவ்," என்று மாலதிக்குப் பச்சை கொடி காட்டினார் மேனேஜர்.

சுதாரித்துக் கொண்ட மாலதி தொடர்ந்தாள், "அடுத்த 2 மாசத்துல எனக்கும் கல்யாணம் ஆச்சு. கல்யாணம் ஆன முதல் 2 வாரம் நானும் குடும்ப வாழ்க்கையில சந்தோஷமா தான் இருந்தேன்.

அப்ப, திடீர்னு என்னோட வாழ்க்கையில எதிர்பாராத விதமா ஒரு பெரிய இடி விழுந்துது."

இப்படி மாலதி சொன்னதும் ஆச்சரியத்தில் மேனேஜர் தனது நாற்காலியில் பின்னோக்கி அமர்ந்தார்.

மாலதி தொடர்ந்தாள், "ஆமா, சார், எனக்குக் கல்யாணம் ஆன ரெண்டே வாரத்துல என்னோட அப்பா மாரடைப்புல இறந்துட்டாரு."

"ஓ... மை குட்னஸ்!" என்று ஆச்சரியப்பட்ட மேனேஜர், பின்னர் "ஐ ஆம் வெரி சாரி!" என்று தனது வருத்தத்தைத் தெரிவித்தார்.

மாலதி தனது கையில் ஒரு கைக்குட்டையை எடுத்து தனது ஒரு கண்ணிலிருந்து வழிந்த கண்ணீரை லேசாகத் துடைத்துக்கொண்டு மீண்டும் தனது கதையை தொடர்ந்தாள்.

"கல்யாணம் நடந்த சந்தோஷத்துல இருக்கிறதா இல்ல அப்பா இறந்த துக்கத்துல இருக்கிறதானே அப்ப எனக்கு ஒன்னும் புரியல.

ஆனாலும், என்னோட கணவர நான் ஏமாத்தக்கூடாதுனு நினைச்சு, அவருக்காக என்னோட துக்கத்த எல்லாம் மூட்டக்கட்டி வெச்சிட்டுத் திரும்பவும் சந்தோஷமா குடும்பம் நடத்த ஆரம்பிச்சேன்.

ஆனா, பட்டக்காலுலேயே படும்னு சொல்லுவாங்களே, அத மாதிரி எனக்குத் திரும்பவும் இன்னொரு அதிர்ச்சி."

மேனேஜர் வருத்தத்துடன் மாலதியைப் பார்த்துக் கொண்டு அவள் சொல்வதைக் கவனித்தார்.

மாலதி தொடர்ந்தாள், "பத்து மாசம் கழிச்சி எனக்கு ஒரு அழகான ஆண் குழந்தை பிறந்தது. என்னோட அப்பாவ இழந்த எனக்கு இது ஒரு ஆதரவா இருந்தது. ஆனா, அந்த சந்தோஷம் ரொம்ப நாள் நிலைக்கல.

அந்த குழந்தைக்கு மூனு மாசம் ஆகும் போது, டாக்டர் திடீர்னு எனக்கு ஒரு அதிர்ச்சிய தந்தாரு. ஆமா, என்னோட அழகான குழந்தைக்குச் சரியான மூள வளர்ச்சி இல்லனு சொல்லிட்டாரு. அதனால அந்தக் குழந்தை உடம்பளவுல வளர்ந்தாலும் அதோட மனசுல கடைசி வரைக்கும் ஒரு குழந்தையா மட்டும் தான் இருக்-கும்னு சொல்லிட்டாரு.

இப்படி என்னோட சந்தோஷமான வாழ்க்கையில ரெண்டாவது பெரிய இடி விழுந்தது. இதக்கேட்ட என்-னோட கணவரும் ரொம்பவே ஆடிப்போயிட்டாரு. இத-னால இடிஞ்சிப்போன என்னோட கணவர் குழந்தைய குழந்தைகள் காப்பகத்துல விட்டுடலாம்னு சொன்னாரு. ஆனா நான் அதுக்கு ஒத்துக்கல.

இதனால, எனக்கும் என்னோட கணவருக்கும் அடிக்-கடி சண்டை வந்துக்கிட்டே இருக்கும்.

இப்படி ஒரு நாள் எனக்கும் என்னோட கணவருக்கும் சண்டை வந்த சமயத்துல நான் அவர கொஞ்சம் தரக்கு-றைவா பேசிட்டேன். இதக்கேட்டு ஆத்திரப்பட்ட என்னோட கணவர் கையில கிடைச்ச குக்கர் மூடியால என்னோட தலையில பலமா அடிச்சிட்டாரு.

அப்போ எனக்கு தலையில கிட்டதட்ட 8 தையல் போட்டாங்க. நான் ஒரு மூனு நாள் பெட்ல இருக்க வேண்டியதாயிடிச்சி. அந்த மூனு நாளும் என்னோட குழந்தைய என்னோட அம்மாவும் சரி என்னோட மாமி-யாரும் சரி யாருமே சரியாவே பாத்துக்கல.

அவன் அந்த மூனு நாளும் சரியா சாப்பிடல, தூங்கல, அவனுக்கு ரொம்பவே உடம்புக்கு முடியாம போயிடிச்சி.

கிட்டதட்ட என்னோட குழந்தை எங்கள எல்லாம் விட்-
டுட்டுப் போயிடுவான்னு நினைக்கிற அளவுக்கு
ஆயிடிச்சி.

ஆனா, கடவுளோட புண்ணியத்துல அவன் உயிர்
பொழச்சிட்டான்.”

“இட்ஸ் ரியலி சேட், மிஸ். மாலதி!” என்று மேனேஜர்
தனது பங்குக்கு வருத்தத்தைத் தெரிவித்தார்.

“எஸ், சார், பட் நான் என்னோட மனச தளரவிடாம
என்னோட குழந்தைய காப்பாத்தி நல்லா பாத்துக்-
கிட்டேன்.

ஆனா, அதுக்கப்புறம் நான் என்னோட கணவரோட
கிட்டதட்ட ஒரு வருஷமா பேசவே இல்ல.

அப்புறம் அவரா வந்து என்கிட்ட பேசினாரு. அதுவும்
அவரோட சுயநலத்துக்காகத் தானு எனக்கு அப்புறமா
தான் புரிஞ்சுது.

என்னோட பையனுக்கு அப்போ 5வது பிறந்தாள்.
நாங்களும் எதுவும் பெருசா கொண்டாடல. யாரையும்
வீட்டுக்கு அதிகமா கூப்பிடறதும் இல்ல. ஏன்னா,
வீட்டுக்கு வரவங்க குழந்தைய பாத்தா, ஏதாவது முன்ன
பின்ன சொல்லி என்னோட மனச நோகடிச்சிடுவாங்க.
அதனால நான் யாரையும் கூப்பிடறதும் இல்ல.

இப்படி அவனோட 5வது பிறந்த நாளப்போ என்னோட
கணவர் என்கிட்ட வந்து நம்மளோட எதிர்காலமும் நம்ம
குழந்தையோட எதிர்காலமும் நல்லா இருக்கனும்மா
நம்ம சொந்தமா தொழில் பண்ணா தான் ஆகும்ணு
சொல்லி என்ன பேசி சம்மதிக்க வெச்சி என்னோட

அம்மா பேர்ல இருந்த ஒரே சொத்தையும் வித்து பத்து இலட்சத்த எடுத்து தொழில்ல போட்டாரு.

ஆனா, அவரோட கெட்ட நேரமோ இல்ல என்னோட கெட்ட நேரமோ தெரியல அவருக்கு நல்லா தெரிஞ்ச தொழிலே அவர கால வாரிவிட்டிடிச்சி. போட்ட பத்து இலட்சமும் மொத்தமா போயிடிச்சி.

இப்படி ஒரு மூனாவது பெரிய இடி வந்து என்னோட தலையில விழுந்தது.

என்னோட அப்பா போயி, என்னோட குழந்தை மூள வளர்ச்சி இல்லாம போயி, இப்போ இருந்த ஒரே சொத்தும் போயி கிட்டதட்ட நான் குடும்பம் இருந்தும் ஒரு அனாதையா நிக்குறேன்," என்று கூறி மாலதி துக்கம் தாளாமல் அழ ஆரம்பித்தாள்.

மாலதி அழ ஆரம்பித்ததைப் பார்த்த மேனேஜர், உடனே தனது இருக்கையிலிருந்து எழுந்து வந்து மலதிக்கு அருகில் நின்று, "அழாதேமா, மாலதி, அழாதே. ப்ளீஸ் கண்ட்ரோல் யுவர் செல்ஃப்," என்று கூறினார்.

தனது கண்களைத் துடைத்துக் கொண்ட மாலதி, "சார், இப்போ என்னோட கணவரும் வாழ்க்கையில திரும்ப திரும்ப தோத்துப் போயிடுவோமோ அப்படிங்கிற பயத்துல வீட்ட விட்டு வெளியவே வரதில்ல.

இப்ப சாப்பாட்டுக்கே வழியில்லாம தான் நான் வேலைக்கு முதல் முறையா வரேன்," என்று கூறி முடித்-தாள்.

அப்போது மாலதியைப் பார்த்து மேனேஜர் கேட்டார், "ஏம்மா, மாலதி, சரி, நீ இப்ப வேலைக்கு வந்திட்டா உன்னோட குழந்தைய யாரு பாத்துப்பா?"

மாலதி மேனேஜரைத் திரும்பிப் பார்த்தாள். அவளது விழிகள் என்னிடம் பதில் இல்லை என்பதைச் சொல்-லாமல் சொல்லியது.

மேனேஜர் திரும்பவும் கேட்டார், "சரி, உன்னோட கணவர் சொந்தமா தொழில் பண்ணி தோத்துட்டாரு. அவரு திரும்பவும் வேற எங்கையாவது வேலைக்குப் போகலாம் இல்லையா?"

"ம்ம்..." என்றபடி தலையசைத்தாள் மாலதி.

சற்று நேரம் யோசித்தபடி தனது நாற்காலிக்குத் திரும்ப வந்த மேனேஜர் மாலதியைப் பார்த்தார். அவள் கண்கள் குலம் போல காட்சியளித்தன.

தனது நாற்காலியில் பின்னே சாய்ந்தபடி அமர்ந்து மேலே விட்டத்தைப் பார்த்தபடி அவர் சற்று நேரம் யோசித்து விட்டு பேச ஆரம்பித்தார்,

"இதோ பாரும்மா, மிஸ். மாலதி, எனக்குத் தெரிஞ்சத நான் சொல்றேன். ஐ ஆம் 55 இயர்ஸ் ஓல்டு. ஆண்டு ஐ ஆம் த மேனேஜர் ஆஃப் திஸ் கம்பெனி ஃபார் நியர்லி 15 இயர்ஸ். என்னோட இந்த அனுபவத்துல நான் சொல்-றேன். இத எடுத்துக்கிறதும், எடுத்துக்காததும் உன்னோட விருப்பம்."

ஆம் என்பது போல மாலதி தலையசைத்தாள்.

மேனேஜர் மீண்டும் தொடர்ந்தார், "என்ன கேட்டா, நீ வேலைக்குப் போகனும்னு முடிவெடுத்ததே ஒரு பெரிய மிஸ்டேக். ஏன்னா, உன்ன நம்பி ஒரு குழந்தை அதுவும்

உலகத்தோட போராட தெரியாத ஒரு குழந்தை இருக்கு. அதுக்கு உன்ன விட்ட வேற நல்ல பாதுகாப்பு எதுவும் இல்ல.”

மாலதி அமைதியாக மேனேஜரின் முகத்தையே பார்த்தபடி அவர் பேசுவதைக் கேட்டுக் கொண்டிருந்தாள்.

மேனேஜர் மீண்டும், “அன்டு த வெரி திங் இஸ் தட், யூ ஆர் நாட் குட் ஃபார் ஏ பிஸ்னஸ் டிரெண்டு, ஐ மீன், நீ ஒரு மனநலம் பாதிக்கப்பட்ட குழந்தைய நல்லா பாத்துக்-கலாம், ஆனா ஒரு காம்பிடிடிவான உலகத்துல வெரி-யோட போராட உன்னால முடியாது. அன்டு திஸ் இஸ் மை ஜட்ஜ்மென்ட் அபௌட் யூ, மிஸ். மாலதி. யூ ஆர் ஏ குட் மதர்! அத நான் கண்டிப்பா ஒத்துக்கிறேன். அதுவே, வேலைனு வரும் போது, மனநலம் பாதிக்கப்பட்ட குழந்-தைனு தெரிஞ்சா அதைக் காப்பகத்துக்கு அனுப்புற தைரியம் உனக்கு வேணும். ஆனா, அது நிச்சயம் உங்கிட்ட கிடையாது. சோ, யூ ஆர் அன் பிட் பார் ஏ ப்ரோஃபஷனல் கரியர்.”

மாலதியின் முகம் சற்றே வாடிப்போனது.

பின்பு மேனேஜர், “பட் ஐ கேன் டு ஏ ஃபேவர் ஃபார் யூ. நீ உன்னோட கணவர எங்கிட்ட அனுப்பி வை. நான் அவ-ருக்கு ரெக்கமென்டு செஞ்சி எனக்குத் தெரிஞ்ச கம்பெ-னியில வேலை வாங்கித்தரேன்,” என்று கூறினார்.

இதைக் கேட்ட மாலதி, மேனேஜரைப் பார்த்து, “சார், நீங்க சொல்றதும் சரி தான். நான் வேலைக்கு வந்துட்டா என்னோட குழந்தைய பாத்துக்க வேற யாருமே வரமாட்-டாங்க. அதனால நீங்க சொல்றதைய நான் செய்றேன், சார்.

எப்படியாவது என்னோட கணவருக்கு நல்லதா ஒரு வேலையா வாங்கி கொடுத்திடுங்க, சார்," என்று கெஞ்சியபடி பேசினாள்.

"யூ டோன்ட் வொரி, ஐ வில் டேக் கேர்," என்று ஆறுதலாகப் பதிலளித்தார் மேனேஜர்.

மீண்டும் தொடர்ந்த அவர், "இதோ பாருங்க, மிஸ். மாலதி. இத உங்களுக்கு மட்டுமில்ல உங்கள மாதிரி இன்னும் இந்த உலகத்துல நாகரீகம்னு நினைச்சிக்கிட்டு இருக்கிற பல பெண்களுக்குச் சொல்ல விரும்புறேன்.

என்னனா, இந்த உலகத்துல ஆண்களுக்குப் பெண்கள் சலைச்சவங்க இல்லைனு பேசி பலபேர் பல துறைகள்ல ஆண்களுக்கு நிகரா வந்தாலும் கூட தங்களுக்குனு ஒரு முக்கியமான கடமை இந்த உலகத்துல இருக்கிறத மறந்தே போறாங்க.

ஆமா, ஒரு சமுதாயம் நல்லபடியா இருக்கணும்னா, அதுல முன்னேற்றம் அப்படிங்கிறது ரெண்டாவது படி தான். ஆனா, ஒரு நல்ல சமுதாயத்துக்கு முதற்படியே ஒரு நல்ல குடும்பம் தான். எங்க ஒரு சமுதாயத்துல குடும்பம் அப்படிங்கிற கட்டுக்கோப்பு உறுதியா இருக்கோ, அப்போ அந்தச் சமுதாயத்துல என்ன பிரச்சனை வந்தாலும் அந்தச் சமுதாயத்த யாராலையும் அசைக்க முடியாது. அதுவே குடும்பம் அப்படிங்கிற ஒரு கட்டுக்கோப்ப மறந்துட்டு என்ன தான் முன்னேற்றம் வளர்ச்சினு பேசினாலும் ஒரு பிரச்சனைனு வந்தா, அத சமாளிக்க அந்த சமுதாயம் நிச்சயமா ரொம்பவே சிரமப்படும்.

ஒரு நல்ல குடிமகன்/குடிமகள் நாட்டுக்குத் தேவைனா அது எத்தன பள்ளிக்கூடம், கோவில், கொள்கை மடங்-

கள்ளு வெச்சி நடத்துனாலும் முடியாது, ஆனா அதுவே ஒரு நல்ல அப்பா, அம்மா ஒரு குடும்பத்துக்கு அமைஞ்சா அந்த நாடே கோவில் மாதிரி மாறிடும். இந்த உண்மைய புரிஞ்சிக்காம போனதால தான் இன்னைக்கு நாட்டுல சட்ட ஒழுங்கு சரியில்லைனு சொல்லி மூல முலைக்குப் போலிஸ் ஸ்டேஷன் முலைச்சிருக்கு.

உங்க வேலையில சாதனை படைக்கறத விட்டுட்டு உங்க குடும்பத்த நல்லபடியா உருவாக்க பாருங்க. உங்க பேரு தலைமுறை தலைமுறையா நிலைச்சி நிக்கும்.”

மேனேஜர் பேசி முடித்ததும், மாலதியின் கண்கள் கலங்கிய வண்ணம் இருக்க, மேனேஜர் பெருமிதத்துடன் மாலதியைப் பார்த்துச் சொன்னார், “மிஸ் மாலதி, யூ ஆர் அப்பாய்ன்டட் ஆஸ் ஏ குட் மதர்! கன்கிராட்ஸ்!”

என்னைப் பற்றி

1983 ஆம் வருடம் அக்டோபர் திங்கள் 3 நாள் இம்மண்ணில் கால்பதித்த நான் படிப்பில் சிறந்து பட்டங்களைப் பெற்று உயர்ந்த ஒரு மனிதனல்ல. ஆனால் நான் என் வாழ்வில் ஏற்பட்ட அனுபவங்களை வாழ்க்கை பாடமாகக் கொண்டு இன்று-வரை எந்தவொரு காரியமாக இருந்தாலும் அதை முறை-சாரா ரீதியிலேயே கற்றுத் தேர்ந்து பல துறைகளில் போதிய அறிவை பெற்று உங்கள் முன் இன்று இந்த நிலைக்கு வந்துள்ளேன் என்பதை நினைத்தால் அது எனக்கு ஆனந்த களிப்பைத் தருகிறது.

கற்பதில் என்னை மந்தநிலையுடன் படைத்த கடவுள் பிறருக்க கற்பிக்கும் ஆற்றலை சற்று கூடுதலாகவே எனக்குள் கொடுத்துள்ளார் என்றால் அது மிகையல்ல. ஆனால் நான் மாணவர்களுக்கான ஆசிரியனாக அல்ல, மாறாக, ஒரு புத்தக ஆசிரியனாகவே இருக்க விரும்பு-கிறேன். அதன் மூலம் எனது கற்பனைகளையும் கருத்-துகளையும் எனது வாசகர்களுடன் பகிர்ந்து கொள்வதே எனது பேராவலாகும். அந்தப் பேராவலை முன்னிருத்-தியே சிந்திக்க சிறுகதைள் எனும் எனது முதல் புத்த-கத்தின் வாயிலாக உங்களுடன் இடைபட விரும்புகிறேன்.

- நன்றி

www.ingramcontent.com/pod-product-compliance
Lightning Source LLC
Chambersburg PA
CBHW031308130726
47988CB00007B/2770